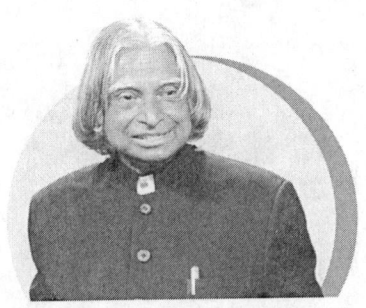

தமிழ் நாயகன்

ஏ.பி.ஜே. அப்துல்கலாம்

க. ராஜாமணி

நாதன்
பதிப்பகம்

தமிழ் நாயகன்: ஏ.பி.ஜே. அப்துல்கலாம்

ISBN: 978-81-981494-1-1

நாதன்
பதிப்பகம்

▸ தமிழ் நாயகன்: ஏ.பி.ஜே. அப்துல்கலாம் ▸ ஆசிரியர்: க. ராஜாமணி ©
▸ முதல் பதிப்பு: நவம்பர் 2024 ▸ நாதன் பதிப்பகம், சென்னை-600 093,
தொடர்புக்கு: 98840 60274, e-mail: natanbooks03@gmail.com
▸ அட்டை ஓவியம்: ரவி பேலட் ▸ வடிவமைப்பு: ஜீ. முருகன்.

பக்கங்கள்: 90, விலை ரூ.120/- web: www.natanbooks.com

முன்னுரை

“திரு.A.P.J.அப்துல்கலாம் அவர்கள் மறைந்த நாளை இந்திய தேசம் அவ்வளவு சீக்கிரம் மறக்காது. மகாத்மா காந்தியின் இறப்புக்கு அடுத்து ஒரு மகத்தான இழப்பை இந்த தேசம் எதிர்கொண்டதாக பத்திரிக்கைகள் எழுதின. அவரின் இறப்பிற்குப் பின் கூடிய கட்டுக்கடங்காத மக்கள் மற்றும் இளைஞர்களின் கூட்டம் இப்போதும் புல்லரிக்க வைக்கிறது. இப்படியெல்லாம் ஒரு மனிதன் கனவு காணமுடியுமா? என்றால் வியப்பாக உள்ளது. அவரின் சொந்த கனவென்பதே நாட்டிற்கான முன்னேற்றக் கனவாகவே இருந்துள்ளது. ஒருங்கிணைந்த இந்தியாவின் வளர்ச்சியே அவரின் குறிக்கோள்.

அதில் முதல் படியாக “பிரம்மோஸ்” ஏவுகணை வியாபார ரீதியாக வெற்றியடையத் தொடங்கியிருக்கிறது. “ரூமி1” இந்தியாவின் முதல் மறு பயன்பாட்டு ஹைபிரிட் ராக்கெட் விண்ணில் பாய்ந்துள்ளது. “அக்னி” ஏவுகணை மேம்பட்ட வரிசை இப்பொழுது 6 ஆக உள்ளது. மென்பொருள் துறையில் இந்தியாவின் பங்களிப்பு என அவர் கண்ட கனவுகள் ஒவ்வொன்றாக நிஜமாகிக் கொண்டே வருகிறது.

“தீர்க்கதரிசிகளின் கனவுகள் மெய்ப்படும் நேரத்தில் அதனைக் காண அவர்கள் உயிருடன் இருப்பதில்லை” எனும் கூற்றுப்படி கலாம் நம்முடன் இன்று இல்லை. அவர் தந்த கனவுகள் நம் கையுள் உள்ளது. இப்படிப்பட்ட மாமனிதரைப் பற்றி எழுதாமல் வேறு யாரை எழுதுவது.

இப்படி ஒரு நூல் உருவாகக் காரணமாகிய மேலும் இந்த நல்வாய்ப்பை வழங்கிய சகோதரர், எழுத்தாளர் திரு.அஜயன் பாலாவிற்கும் நாதன் பதிப்பகத்துக்கும் அட்டை மற்றும் பக்கம் வடிவமைத்த கலைஞர்களுக்கும் நன்றி.

இதற்கு என்னைப் பரிந்துரை செய்த சகோதரி எழுத்தாளர் உமா சக்தி அவர்களுக்கும் மிக்க நன்றி. என்னைப் பெற்றெடுத்த பெற்றோருக்கும், எப்பொழுதும் என்னை எழுதத் தூண்டிக் கொண்டே இருக்கும் அண்ணன் திரு.சுகன் அவர்களுக்கும். என்

மீது எப்போதும் நம்பிக்கைக் கொண்டிருக்கும் என் அன்பு மனைவி கிருத்திகாவிற்கு அன்புக்காதலுடனும் மகள் யோசிகாவிற்கு பாசத்துடனும் சமர்ப்பிக்கிறேன்.

நன்றி.

க.ராஜாமணி

சென்னை

பொருளடக்கம்

1. வாழத் தகுந்த இடம் 9
2. கனவுகளின் காதலன் 14
3. சப்பாத்திகள் கற்றுக்கொடுத்த பாடம் 18
4. மூன்று வழிகாட்டிகள் 22
5. அறிஞர் அண்ணாவின் ரசிகன் கலாம் 28
6. சவால்களே சாதனையின் முதல்படி 33
7. கை நழுவிய கனவு 36
8. நாயகனின் நாயகன் 38
9. உயிர் தப்பிய கலாம் 44
10. ராக்கெட்டில் தற்சார்பு 47
11. விண்ணில் ஏகிய விக்ரம் சாராபாய் 50
12. கலாமுக்கு செக் வைத்த காலன் 53
13. கொடூர விபத்தும் அசுர வெற்றியும் 56
14. அதிரடி ப்ருத்வி 59
15. அசாத்திய அக்னி 64
16. பொக்ரான் சோதனை 66
17. நாயகன் கலாமின் நண்பர் நடிகர் விவேக் ... 70
18. ஹெலிகாப்டர் விபத்தும்
    விந்தையான கனவும் 74
19. ஜனாதிபதி டாகடர் ஏபிஜே. அப்துல் கலாம் ... 76
20. ஏவுகணை விஞ்ஞானியின்
    மனிதநேய நிகழ்வுகள் 80

500
भारत
INDIA
2015
डॉ. ए. पी. जे. अब्दुल कलाम
Dr. A.P.J. ABDUL KALAM

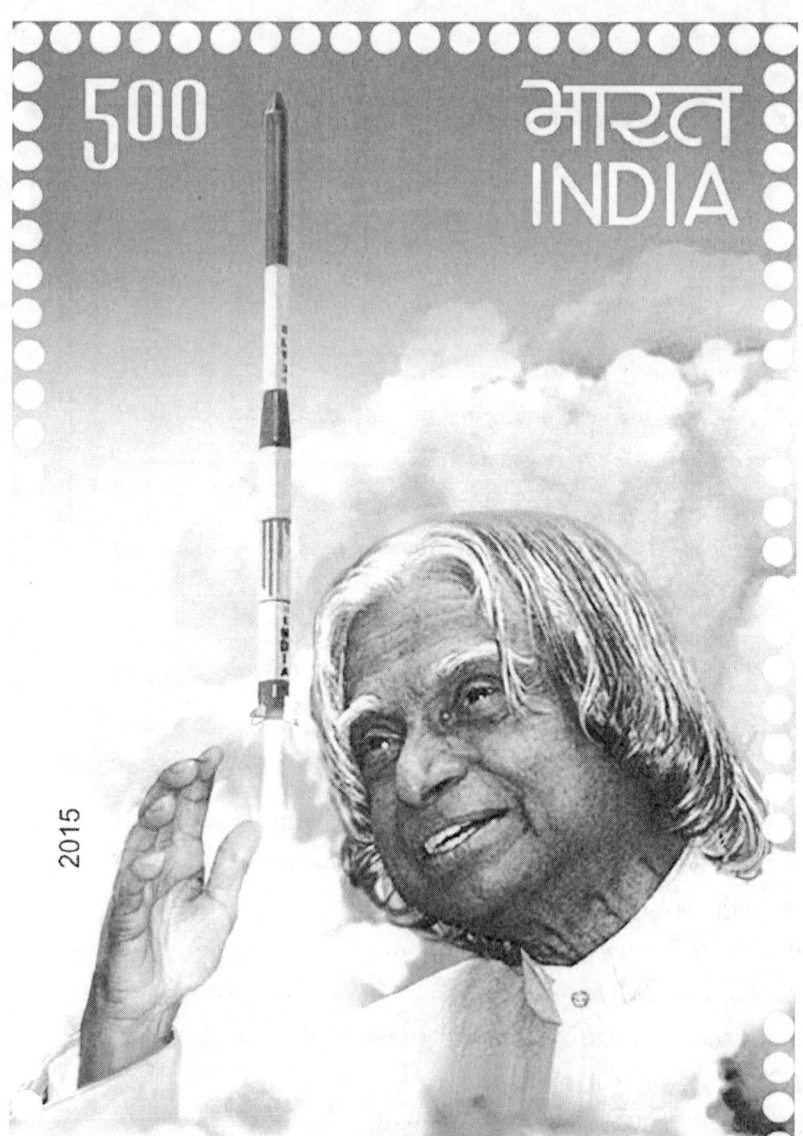

1. வாழத் தகுந்த இடம்

'நமது பிறப்பு, ஒரு சம்பவமாக இருக்கலாம். ஆனால், நம்முடைய இறப்பு ஒரு சரித்திரமாக இருக்கவேண்டும்'

— ஏ.பி.ஜே.அப்துல் கலாம்

2015, ஜூலை 27ஆம் நாள், ஷில்லாங்கில் இருக்கும் ஐஐஎம் (IIM) கட்டடத்தின் மிகப்பெரிய அரங்கம். அந்த அரங்கின் காலி இருக்கைகளில் இளமையைக் கொண்டாடும் புதிய நறுவிசான உடைகளுடனும், கனவுகள் கொப்பளிக்கும் மகிழ்ச்சி நிறைந்த முகங்களுடனும், நட்சத்திரங்கள் பிரகாசிக்கும் கண்களுடனும், இந்தியாவின் எதிர்காலத்தைத் தீர்மானிக்கப்போகும் மாணவர்களும் மாணவிகளும் வந்து அமர்ந்து கொண்டிருந்தனர்.

அவர்களது இந்த மகிழ்ச்சிக்கும் உற்சாகத்துக்கும் காரணம், இன்னும் சற்றொரு நிமிடத்தில் அவர்கள் முன் இருக்கும் மேடையில் தோன்றப்போகிறவர்.

யார் அவர்?

இந்தியாவின் உயரத்தை, தன் அறிவாற்றலால் விண்ணகத்தில் உயர்த்திய விண்ணகன். கனவுகளின் நாயகன். 'அக்னி', 'பிருத்வி' போன்ற ஏவுகணைகளை அல்ல; இந்தியா அவற்றையும் விட ஆயிரம் மடங்கு சக்திவாய்ந்த எம் மாணவ, மாணவியரின் இதயங்கள் என முழங்கிய, நாடு போற்றிய தமிழன். இந்தியாவின் முதல் மனிதன் என்ற பெருமைமிக்க பதவியில் இருந்து, அந்தப் பதவிக்கே பெருமை சேர்த்த மாமனிதர் டாக்டர். ஏ.பி.ஜே.அப்துல் கலாம் அவர்கள்.

இப்படி ஷில்லாங் ஐஐஎம் நிறுவனத்தில் மாணவர்கள் அவருக்காக காத்திருந்த அதேநேரம், அவர் வாழ்வின் கடைசிக் கணங்கள் என்பதே தெரியாமல் அவருடன் காரில் அந்தக் கல்லூரி நோக்கிப் பயணித்துவந்தார் ஒருவர். அவர், ஸ்ரீஜன்பால் சிங்.

அவர் அந்தப் பயணம் குறித்தும் மாமேதை கலாம் அவர்களது கடைசிக் கணங்கள் குறித்தும் தன் அனுபவத்தை இணையத்தில் பிற்பாடு பகிர்ந்துள்ளார். அதில்,

நானும் கலாம் அவர்களும் காரில் ஷில்லாங் ஐஐஎம் நோக்கிப் பயணிக்கிறோம். எவ்வளவு பெரிய மகத்தான மனிதர் அவர். அவருடன் நான் மேற்கொள்ளும் இந்தப் பயணம், ஒரு சரித்திர முக்கியத்துவம் வாய்ந்த பயணம் என்பதை நான் அப்போது உணரவில்லை. நாங்கள், டில்லியில் இருந்து ஜூலை 27ஆம் தேதி நண்பகல் 12 மணிக்கு, ஷில்லாங்கை நோக்கிய எங்கள் பயணத்தைத் துவக்கினோம். கவுகாத்தி செல்லும் விமானத்தில், கலாம் 1எ சீட்டில் அமர்ந்திருந்தார். நான் 1சி சீட்டில் அமர்ந்திருந்தேன். கலாம் கறுப்புநிறக் கோட் அணிந்திருந்தார். நான் அவரைப் பார்த்து 'நல்ல கலர், சார்' என்றேன். அப்போது நினைக்கவில்லை - இதுதான் அவருடைய கடைசி உடை என்று. இரண்டரை மணிநேர விமானப் பயணம் மற்றும் அதைத் தொடர்ந்து இரண்டரை மணிநேர கார் பயணம் என 5 மணிநேரப் பயணத்தின்போது, என்னிடம் பல்வேறு விதமான விவாதங்களையும் தகவல்களையும் பரிமாறிக்கொண்டார். அப்போது அவர், பஞ்சாபில் நடந்த பயங்கரவாதத் தாக்குதல் குறித்து கவலை தெரிவித்தார்.

மேலும் அவர், மத்தியில் ஆட்சி மாறிக்கொண்டேயிருக்கிறது. ஆனால் பார்லிமென்ட் நடவடிக்கை மட்டும் மாறுவதே இல்லை. பார்லிமென்ட் ஆக்கபூர்வமானவகையில் நடப்பதில்லை. எப்போது பார்த்தாலும் கூச்சல், குழப்பமுமாகவே இருக்கிறது.

இது தொடர்பாக, மாணவர்களிடம் கேட்பதற்குச் சில கேள்விகளைத் தயார் செய்யுங்கள். எனது உரை முடிந்தவுடன் இதனை மாணவர்களிடம் கேட்க வேண்டும். பார்லிமென்ட் பயனுள்ளவகையில் சிறப்பாக நடப்பதற்கு மூன்று புதுமையான ஐடியாக்களை மாணவர்களிடம் பெறவேண்டும் எனத் திட்டமிட்டிருந்தார்.

அதேநேரத்தில், இதை எப்படி நான் மாணவர்களிடம் கேட்பது? ஏனெனில் என்னிடமே இதற்குத் தீர்வு இல்லை என்றும் பதிலளித்தார்.

கவுகாத்தி சென்றவுடன் அங்கிருந்து ஷில்லாங்கிற்கு ஒரு மணி நேர கார் பயணம். 6 கார்கள் அணிவகுப்பில் இருந்தன. 2வது காரில் நானும், கலாமும் இருந்தோம். முன்னே சென்ற ஜீப்பில் 2 பாதுகாவலர்கள் அமர்ந்திருந்தினர். ஒரு பாதுகாவலர் மட்டும் நின்றபடி வந்தார். கலாம் என்னிடம், 'அந்த இளைஞர் எதற்காக நிற்கிறார். உள்ளே சென்று அமரலாமே. நின்றுகொண்டே

வந்தால் அவர் சோர்ந்து விடுவாரே. தயவுசெய்து அவரை அமரச் சொல்லுங்கள்'' என்றார். நானும் ''இது, வழக்கமான பாதுகாப்பு நடைமுறைதான்'' என எடுத்துச் சொன்னேன். ஆனால் அவர் கேட்கவில்லை. கடைசியில் அவர், 'நான் அந்தப் பாதுகாவலரைச் சந்திக்க வேண்டும்' என்றார். ஐ.ஐ.எம். சென்றதும் அந்த இளைஞரை அப்துல் கலாமுக்கு அறிமுகப்படுத்தினேன். ''சாரி இளைஞனே. என்னால் தானே உனக்கு இந்தக் கஷ்டம். சோர்ந்துவிட்டாயா? எதாவது சாப்பிடுகிறாயா? எனக்காக ஒரு மணி நேரம் நின்றுகொண்டு வந்தாயே! நன்றி, இளைஞனே...'' என்றார்.

அந்தப் பாதுகாவலருக்குப் பேச வார்த்தை வரவில்லை. ''சார்... உங்களுக்காக நான் 1மணி நேரம் அல்ல, 6 மணி நேரம் கூட நின்றுகொண்டே வருவேன்'' என்று பதிலளித்தார். கலாமின் இப்படிப்பட்ட மனிதநேய செயல்களால் தான் அவர், மக்களால் விரும்பப்படுகிறார். ஷில்லாங் மேலாண்மை கல்லூரியில் அளிக்கப்பட்ட வரவேற்புக்குப் பிறகு நாங்கள் சொற்பொழிவு அறைக்குள் நுழைந்தோம். மேடை ஏறியதும், அவர் பேசுவதற்கு 'மைக்' தயார் செய்தேன். அதைப் பார்த்து சிரித்தார். ''நன்றாகச் செய்கிறாயா'' என்று என்னைப் பார்த்துக் கேட்டார். நானும் 'ஆமாம்'' எனப் பதில் அளித்தேன். அன்று அவர் பேச்சில் மாணவர்களின் அறிவுத்திறனை வளர்க்க நிறுவனங்களும் ஆசிரியர்களும் எப்படி நடந்துகொள்ள வேண்டும் எனப் பேசினார். 'ஒரு ஆசிரியரின் சிறிய கவனக்குறைவு கூட ஒரு வருங்கால மேதையின் வாழ்க்கையைப் புரட்டிப் போட்டுவிடும்' எனப் பேசினார்.

இதற்கு உதாரணமாக, அறிவியல் மேதை ஆல்பர்ட் ஐன்ஸ்டீன் வாழ்க்கையை உதாரணமாகக் காட்டினார்.

ஐன்ஸ்டீன் அவர்கள், ஜெர்மனியில் ம்யூனிச் ஜிம்னாசியத்தில் 9ஆம் வகுப்பு படிக்கும்போது, கணக்கு மற்றும் அறிவியல் பாடத்தில் அதிக மதிப்பெண் வாங்கியிருந்தும் பிரெஞ்சு பாடத்தில் போதிய மதிப்பெண்களை அவரால் பெறமுடியவில்லை. இந்தக்குறையைச் சுட்டிக்காட்டிய ம்யூனிச் ஜிம்னாசியம், அவரை பள்ளியில் தொடர்ந்து படிக்க அனுமதி மறுத்துவிட்டது. அதே சமயம் அவர் சுவிட்சர்லாந்து நாட்டில் பாலிடெக்னிக்கில் படிப்பை மீண்டும் தொடரும்போது, அவரது கணக்கு மற்றும் அறிவியல்

பாடத்தின் தனித்தன்மையை உணர்ந்து அவரை ஆர்வத்துடன் சேர்த்துக்கொண்டனர். பிற்பாடு ஜெர்மனியில் எந்தக் கல்வி நிறுவனம் அவரை வெளியேற்றியதோ அதே நிறுவனம், இன்று ஐன்ஸ்டீன் அவர்களின் பெயர் சூட்டப்பட்டு சிறந்து விளங்குகிறது. ஒரு ஆசிரியரின் கவனக்குறைவில் பாழாகவிருந்த ஐன்ஸ்டீன் இன்னொரு ஆசிரியரின் அக்கறையினால் எப்படி காப்பாற்றப்பட்டு இன்று உலகமே போற்றும் மேதையை உருவாக்க முடிந்தது எனப் பேசிய திரு.அப்துல்கலாம் அவர்கள் கூடவே இன்னொரு உதாரணமாக, நம் இந்தியாவின் கணித ராமனுஜன் வாழ்க்கையையும் எடுத்துக்கூறி, அவரும் படிக்கும் காலத்தில் இந்தியாவில் ஆசிரியரின் கவனக்குறைவால் தடுமாறி பிற்பாடு வெளிநாட்டு ஆசிரியர்களால் கண்டுபிடிக்கப்பட்டு மேதையாக உருவெடுத்தார் என்பதை விளக்கினார்.

இப்படி மேதைகளை உருவாக்குவது ஆசிரியர்களின் கைகளில் இருக்கிறது. அதனால் நிறுவனங்களும் ஆசிரியர்களும் குறைபாடுள்ள மாணவர்களிடம் இன்னும் கூடுதல் அக்கறையுடன் கவனிக்க வேண்டும் என வலியுறுத்திப் பேசினார்.

இப்படிப் பேசிக்கொண்டே இருந்தவர், தான் பேசியவிதம் எப்படியிருந்தது என்பதைக் கேட்கும் விதமாக ஒரு நிமிடம் என்னைப் பார்த்தார். அடுத்த நொடி, அங்கு என்ன நடந்ததென யாரும் ஊகிக்க முடியவில்லை. அவர், தன் நெஞ்சைப் பிடித்துக்கொண்டு மயங்கி விழ, மேடையில் இருந்த அனைவருமே அவரை நோக்கி ஓடினர். மாணவர்கள் பதைபதைப்புடன் எழுந்து நிற்க, அந்த இடமே நிலைகுலைந்தது.

அவரது தலையை, ஒரு கையில் நான் தாங்கிக்கொண்டு அவரது கைகளைப் பற்றிக்கொண்டேன். அவரைப் பிழைக்க வைக்க என்னென்னவோ செய்தோம். அவர், எந்த ஒரு வலி உணர்வையும் வெளிக்காட்டவில்லை. அடுத்த 5 நிமிடத்தில் அருகிலுள்ள பெதானி மருத்துவமனையில் சேர்க்கப்பட்டார். இதயத் துடிப்பு எதுவும் இல்லாமல் இருந்தார். ஐ.சி.யூ. பிரிவில் சேர்க்கப்பட்டார். டாக்டர்கள் தீவிர முயற்சி செய்து பார்த்தனர். ஆனால் தீவிர மாரடைப்பு காரணமாக அவர் ஏற்கெனவே உயிரிழந்தது கண்டுபிடிக்கப்பட்டது. இரவு 7.45 மணிக்கு அவர் இறந்ததாக அறிவிக்கப்பட்டது. கடைசியாக, அவரது பாதங்களைத் தொட்டு வணங்கினேன். பெரிய அறிஞர், எனது பழைய நண்பர். உன் நினைவுகள் என்றைக்கும் எனக்குள்

இருக்கும். அடுத்த பிறவியில் சந்திப்போம் என நினைத்தேன். அவரைப்பற்றிய எண்ணங்கள் மீண்டும் மனதில் ஓடத் துவங்கின. அவருடன் பலமுறை உணவு அருந்தியது, பேசியது, பழகியது எல்லாமே நினைவில் வந்து மோதின. மனிதர் மறைந்துவிட்டார். ஆனால் அவர் விட்டுச்சென்ற பணி காத்திருக்கிறது. கலாம் வாழ்க!

-உங்களுக்குக் கடன்பட்ட மாணவர். இவ்வாறு அவர் எழுதியுள்ளார்.

உ. கனவுகளின் காதலன்

'வெற்றி பெறவேண்டும் என்ற பதட்டம் இல்லாமல் இருப்பதுதான், வெற்றி பெறுவதற்கான சிறந்த வழி'

- ஏ.பி.ஜே.அப்துல் கலாம்

ராமேஸ்வரம். இந்தியாவே கைகூப்பி கீழே விழும் தமிழகத்தின் திருத்தலம். தமிழர்களை "ஓ, மதராசி வாலா", எனக்கேட்கும் வடஇந்தியன் கூட, இராமேஸ்வரம் என்றால் சர்வமும் ஒடுங்கிக் கும்பிடவைக்கும் இதிகாச நகரம். இந்த இந்து பூமிக்குப் பெயர் வாங்கிக்கொடுத்த இஸ்லாமியர்தான், அப்துல்கலாம்.

திரு.ஜைனுலாப்தீன் அவரது தந்தை. நடுத்தர தமிழ் இஸ்லாமியக் குடும்பத்தைச் சேர்ந்தவர். அதிகம் படித்ததில்லை ஆனால் நீதி வழுவாத நெறிகொண்டு வாழ்ந்து வந்தவர். அவரது மனைவி ஆஷியாம்மா. அவர்களுக்கு மொத்தம் ஐந்து குழந்தைகள். மூத்தவர், அவரது சகோதரி ஆசிம் சொஹாரா. அடுத்து நான்கும் வரிசையாக ஆண் குழந்தைகள். அவருடைய சகோதரர்களின் பெயர்கள் "முஸ்தஃபா கமால்", "முகமது முத்து", "மீரா லெப்பை மரைக்காயர்" மற்றும் "காசிம் முகமது" எனும் பெயர்களைக் கொண்டவர்கள். இவர்களுக்கு அடுத்து ஜைனுல்லாபுதீன் ஆஷியாம்மா தம்பதிக்கு கடைக்குட்டியாக 1931ஆம் ஆண்டு அக்டோபர் 15ஆம் நாள் பிறந்தார், இந்தியாவின் ராக்கெட் நாயகன் டாக்டர் ஏ.பி.ஜே.அப்துல் கலாம் அவர்கள்.

ராமேஸ்வரத்தில் மசூதித் தெருவில் நூறு ஆண்டுகளுக்கு முன் களிமண்ணாலும், சுண்ணாம்பு மற்றும் செங்கற்களால் கட்டப்பட்ட ஒரு எளிமையான வீட்டில் அவர்கள் வசித்துவந்த போதும் அவர்கள் மகிழ்ச்சியாக வாழ்ந்து வந்தனர். ஆடம்பரம் இல்லாமல் அன்பு மட்டும் நிரம்பப்பெற்ற முன்னோர்கள் வாழ்ந்த வீடு, அது.

முன்பு ஒருகாலத்தில், அவர்கள் முன்னோர்கள் மிகுந்த வசதிபடைத்த வீட்டில் வசித்துவந்தனராம். ஆனால் பாம்பன் காலம் கட்டுமானப் பணிக்காக அவர்கள் குடும்பம் இடப்பெயர்வு செய்யப்போக, அவர்கள் தங்கள் பணக்கார வாழ்க்கையை இழக்கவேண்டிய

துர்பாக்கியநிலை. அதன்பிறகே அவர்கள் இந்த எளிய வீட்டுக்குக் குடிபெயர்ந்து வந்தனர்.

ராமேஸ்வரத்தில் வாழ்வாதாரம் இரண்டு. ஒன்று, கோயில் மற்றும் அதை ஒட்டிவரும் சுற்றுலாப் பயணிகள். இரண்டாவது, கடல். அதுதான் அங்கு பெரும்பாலான மக்களை வாழவைத்தது. ஆகவே, மத பேதமில்லாமல் இந்து, இஸ்லாமியர், கிறித்தவர் அனைவரும் கடலம்மாவை தெய்வமாக வழிபட்டனர். ஜைனுல்லாபுதீன் குடும்பத்தையும் அந்தக் கடலம்மாதான் வாழவைத்தார், அவர், தனது குடும்ப வருமானத்திற்காக படகு கட்டுமானத்தொழிலை சிறிய அளவில் செய்துவந்தார். அவரது குடும்பத்திற்கென்று ஒரு சிறிய தென்னந்தோப்பு இருந்தது. அதில்தான் அந்தப் படகு கட்டுமானத் தொழில் நடந்துவந்தது. அவருக்கு ஒத்தாசையாக ஐந்தாறுபேர் கட்டுமான வேலைகள் செய்துவந்தனர். சன்னமான அலைகளின் ஓசையோடு பீடியைப் புகைத்துக்கொண்டு அவர்கள் மரங்களை இழைக்கும் ஓசையும், ஜாலியாக சிரித்துப் பேசிக்கொண்டே இழைத்த பலகைகளைச் சரியானவிதத்தில் பொருத்த அவர்கள் ஆணி அடிக்கும் ஓசையும், ஒன்றோடு ஒன்று கலந்து அதை வேடிக்கை பார்க்கும் சிறுவன் கலாமுக்கு நல்ல அனுபவமாக இருக்கும். பள்ளிவிட்டதும் சக பள்ளிச் சிறுவர்கள் அனைவரும் விளையாடப் போகும்போது, சிறுவன் கலாமின் கால்கள் மட்டும் அப்பாவின் அந்தத் தென்னந்தோப்பு நோக்கி ஓடும். அங்கு நின்று வேடிக்கை பார்க்காமல் அப்பாவுக்கு ஒத்தாசையாகப் பலகையை மட்டம் பார்ப்பது, ஆணிகளை ஒவ்வொன்றாக எடுத்துக் கொடுப்பது, அவர்களுக்கு அவ்வப்போது வீட்டிலிருந்து

தேநீர் கொண்டுசெல்வது போன்ற காரியங்களை உற்சாகத்தோடு செய்வார். அப்பாவின் அந்தச் சிறிய படகு வடிவமைக்கும் பணிதான், பின்னாளில் அவர் தலைமை தாங்கி உருவாக்கவிருந்த ராக்கெட்டுகளுக்கும் ஏவுகணைகளுக்கும் அடித்தளமாக இருக்கும் என்று கலாம் அவர்களுக்கு அப்போது தெரியாது.

ராமேஸ்வரத்தின் அந்தச் சின்ன குறுகலான பாதைகொண்ட மசூதி தெருவில் உள்ள பள்ளிவாசலில், எப்பொழுது தொழுகை முடித்து வந்தாலும் கலாமின் தந்தையைச் சுற்றி ஒரு கூட்டம் குழுமியிருக்கும். 'என்ன பாய், என் பிரச்சனைக்கு ஒருவழி சொல்லலாமில்ல?' உரிமையோடு பலர் அப்பவாவைச் சுற்றி நின்று கேட்பதையும், அப்பாவும் சளைக்காமல் அவர்களுக்கு ஆலோசனை வழங்குவதையும் பார்த்துக்கொண்டே கடந்துசெல்வார்.

"எல்லா சொத்தையும் பசங்களுக்கே எழுதிவச்சுட்டா, அப்புறம் நீங்க தெருவுலதான் நிக்கணும். நிங்க போனப்பறம் உங்க பொண்டாட்டி என்ன ஆவாங்க, யோசிச்சு பாருங்க". அப்பாவின் பதிலில் விவேகமும் புத்திசாலித்தனமும் அக்கறையும் இருக்கும். ஆனால் அவரோ, "அட, என்னபாய் இப்படி சொல்றிங்க. பசங்களுக்குதானே உழைச்சோம்?" எனச் சொல்வார். ஆனால் அதே நபர், இரண்டு நாள் கழித்து வீட்டு வாசலில் வந்து நிற்பார். "பாய், நல்லவேளை. சரியான நேரத்துல ஆலோசனை சொன்னீங்க. என் பசங்களும் நீங்க சொன்னா சரியாத்தான் இருக்கும்னு ஏத்துக்கிட்டாங்க" என நெகிழ்ச்சியுடன் வந்து சொல்வார்கள்.

அதுபோல "பாய், என் பொன்ணுக்குக் கல்யாணம் ஆவணும்னு அல்லாகிட்ட ஓதுனீங்க இல்ல. இப்ப நல்லபடியா முடிஞ்சிடுச்சி. இந்தாங்க பத்திரிக்கை" என, ஒரு அம்மா தன் மகளுடன் வாய் நிறைய்ய மகிழ்ச்சியுடன் நிற்பார். அப்போதெல்லாம் கலாமிற்கு அப்பாவை நினைத்துப் பெருமையாக இருக்கும்.

இத்தனைக்கும் தன் அப்பா அத்தகைய செல்வம் படைத்தவரோ, கல்வியறிவு படைத்தவரோ இல்லை. ஆனாலும் அவரைப் பார்க்கவும் பேசவும் ஆலோசனயைப் பெறவும் இவ்வளவுபேர் கூடுகிறார்கள். அவர் என்ன சொன்னாலும் அதைக் கேட்கிறார்கள் ஒரு ஆசானாக, போதகராக, நல்வழிப்படுத்துபவராக ஏற்றுக் கொள்கிறார்கள். அவரால் மட்டும் எப்படி இப்படியாக இருக்க முடிகிறது?

அவருக்கு, எங்கிருந்து இப்படியெல்லாம் ஆழமாக யோசிக்கவும் பிறருக்காக பிரார்த்திக்கும் தாராளகுணமும் வந்தது? என, தன் அப்பாவை நினைத்து ஆச்சர்யப்படுவார். தன்னை நம்பிவந்தவர்களை ஒருபோதும் அவர் ஏமாற்றத்துடன் திருப்பி அனுப்பிப் பார்த்ததில்லை. ஒருவேளை, அவருக்கு கடவுள் ஆலோனைத் தருகிறாரோ? அதனால்தான் அவர் சொல்லும் காரியங்கள் பலிக்கிறதோ? என சிறுவயதில் கலாமுக்குள் அப்பாவைப் பற்றி ஒரு சந்தேகமும் இருந்துவந்தது. இதனை மனதில் வைத்துக்கொண்டு கலாம் அவரின் தந்தையிடம் "எப்படி உங்களால் முடிகிறது? அவர்கள் ஏன் உங்களை நம்புகிறார்கள்?" எனக் கேட்க அதற்கு அவர் தந்தை சிரித்துக்கொண்டே "அப்படியெல்லாம் இல்லை. எனக்கும் கடவுளுக்கும் தொடர்பு எதுவும் இல்லை. மனிதர்கள் துன்பத்தில் உழலும்போது யாரிடமாவது இதைச்சொன்னால் தனக்கு ஆறுதல் கிடைக்கும் என நம்புகிறான்.ஆனால் ஒவ்வொருவரும் அவரவர் துன்பத்தையே நினைப்பதால் இன்னொருவர் துன்பங்களை கேட்பதில்லை. ஆனால் நான் காதுகொடுத்துக்கேட்கிறேன். அவர்கள் கஷ்டங்களை மனதால் உள்வாங்கிக்கொள்கிறேன். அவர்களுக்கு என்னால் ஏதவாது செய்யமுடியுமா என யோசிக்கிறேன். அப்போது எனக்குத் தோன்றுவதை அவர்களுக்குச் சொல்கிறேன். உடனே அவர்களுக்கும் அதில் ஒரு ஆறுதல். நானும் கடவுளிடம் அவர்கள் குறைகளுக்குப் பிரார்த்தனை செய்வேன். இதில் அவர்களும், அவர்கள் நம்பும் கடவுளும்தான் பெரியவர்கள். நான் ஒரு இணைப்பான், அவ்வளவுதான்" எனச் சொல்லி, மகனைத் தட்டிக் கொடுத்தார்.

3. சப்பாத்திகள் கற்றுக்கொடுத்த பாடம்

கடல் அலைகள்
பொன்னிற மணல்
புனித யாத்ரிகர்களின் கடவுள் விசுவாசம்
ராமேஸ்வரம் மசூதித் தெரு
அனைத்தின் சங்கமம் நீ என் தாயே

-ஏ.பி.ஜே.அப்துல் கலாம்

மேலுள்ள வரிகள் கலாம், தன் தாயைக் குறித்து எழுதியவை. இறைபக்தியில் ஈடுபாடுகொண்ட அவரது அம்மா ஆஷியாம்மா குடும்பத்தின் அத்தனைத் தேவைகளையும் கருத்தில்கொண்டு இடர்பாடுகளை ஏற்று மிகுந்த கட்டுக்கோப்போடு குடும்பத்தை வழிநடத்தி வந்தார். வீட்டில் உடன் வசித்துவந்த கலாம் அவர்களின் தாத்தா, பாட்டி, சித்தப்பா, பெரியப்பா என அத்தனைபேரின் தேவைகளையும் அவர்களுக்குச் செய்யவேண்டிய கடமைகளையும் நிறைவேற்றுவதிலேயே ஆஷியம்மா வாழ்வில் பெரும்பங்கு கழிந்தது.

குறிப்பாக, இரண்டாம் உலகப்போர் காலக்கட்டம். அன்று உணவுப் பொருட்களுக்கும் அத்தியாவசியப் பொருட்களுக்கும் பெரும் தட்டுப்பாடு. அந்தச் சூழ்நிலையில், அனைவருக்கும் உணவைப் பங்கிட்டு வீணாகாமல் திறம்பட நடத்திய அம்மாவைக் கண்டு கலாம் அடிக்கடி வியந்துபோவார். அதிலும் உணவைப் பங்கிடுவதில் பிடிவாதமான, அவருக்கென சில நெறிமுறைகள் இருக்கும். முதலில் குடும்பத்தில் பெரியவர்களுக்கும் பின்னர் குழந்தைகளுக்கும் அதன்பின்னர் எஞ்சியிருக்கும் உணவினை மட்டுமே தனக்காக எடுத்துக்கொள்வார்.

ஒருநாள் இரவுப்பொழுது, குடும்பத்தினருக்கு சப்பாத்தியை உணவாகக் கொடுக்க ஒவ்வொருவருக்கும் கணக்கிட்டு சப்பாத்தி தயார் செய்தார். அச்சமயம் சாப்பிட அமர்ந்த கலாமுக்கு அன்று பார்த்து பசி அதிகம். அம்மாவின் கணக்குக்கு சற்று அதிகமாகவே சப்பாத்திகளை உண்டுமுடித்தார். இதைப் பார்த்துக்கொண்டேயிருந்த மூத்த சகோதரர் முத்து மீரான், அன்றிரவே கலாமை அழைத்து

"நீ செய்த காரியம் சரியா?" எனக் கேட்க கலாமிற்கு ஒன்றும் புரியவில்லை.

"கலாம், இங்கே பார் உனக்குக் கொடுக்கப்பட்டது இரண்டு சப்பாத்திகள். ஆனால் நீயோ நான்கை சாப்பிட்டாய். இதனால் நம் அம்மா பட்டினியுடன் இன்றிரவு உறங்கப்போகிறாள். எல்லாம் உன்னால்தான். பெரியவர்களுக்கு மூன்று, குழந்தைகளுக்கு இரண்டுவீதம் தயார் செய்திருந்தார். ஆனால் நீ நமது தாயின் பங்கையும் சேர்த்துச் சாப்பிட்டுவிட்டாய். புரிந்துகொள் குடும்பத்தின் நிலையை உணர்ந்து செயல்பாடு" எனக் கண்டித்துவிட்டு நகர்ந்தார்.

குற்றவுணர்ச்சியில் திகைத்துநின்ற கலாமுக்கு அடுத்து என்னசெய்வதென்றே தெரியவில்லை. மனம் வலித்தது. அம்மாவின் பட்டினிக்குக் காரணமாகிவிட்டோமே என தன்னைத்தானே நொந்துகொண்டார். தனிமையில் கண்ணீர் சிந்தினார். அம்மாவின் கண்களை நேரே பார்க்கக்கூட அவருக்கு கூச்சமாக இருந்தது. 'தன்னைச் சுற்றி இருப்பவர்களின் தேவைகளை நாம் ஒருபோதும் மறக்கக்கூடாது' என்ற எண்ணம் அன்று அவர் மனதில் ஆழமாகப் பதிந்துகொண்டது.

ஒருநாள், இரவு உறங்கும்போது தன் அருகே படுக்கவந்த அம்மாவை, கலாம் அழைத்தார்.

“சொல்லு கலாம்” அம்மா, மகனின் தலையைத் தடவினார்.

“அம்மா, தினமும் நீ இந்தக் குடும்பத்திற்காகவும் ஓடி ஓடி அத்தனை வேலைகளையும் செய்கிறாய். அவ்வப்போது இறைவனையும் சடங்குகளையும் தவறாமல் செய்கிறாய் ஆனாலும் அப்பா, உன்னைப் பார்த்து ஒருநாளும் பாராட்டிப் பேசியதில்லையே...” எனக் கேட்க, பதிலுக்கு சிரித்த ஆஷியம்மா “கலாம், உன் அப்பா, நல்ல மனிதர். அவர் நிறையப் பேருக்கு நல்லது செய்கிறார், நம் குடும்பத்துக்காகவும் உழைக்கிறார். அவரை, நீயோ அல்லது நானோ பாராட்டவா செய்கிறோம்? எதைச்செய்தாலும் சரியாகவும் உண்மையாகவும் முழு ஈடுபாட்டுடனும் செய்யவேண்டியது ஒவ்வொருவர். கடமை. உன் அப்பா, அவர் கடமையை சரியாகச் செய்வதால் நான் என் கடமையை சரியாகச் செய்கிறேன். அதனால் நீயும், உன் கடமையை சரியாகச் செய். அதுதான் உனக்கும் சிறப்பு. மேலும் உன் தந்தை, அவர் என்ன செய்தாலும் என்னிடம் வெளிப்படையாகக் கேட்டுவிட்டுத்தான் செய்கிறார். எனக்குத் தரவேண்டிய மரியாதையையும் தருகிறார். இதற்குமேல் என்ன வேண்டும்” எனச் சொல்ல, கலாம் “சரி, அம்மா. நான் என் கடமைகளை ஒழுங்காகச் செய்கிறேன்” எனக் கூறினார்.

“சரி, அப்படியா. அப்புறம் ஏன், நீ உன் உடைகளையும் தலைமுடியையும் சீராக வைத்துகொள்ளவில்லை?” எனக் கேட்க,

“இனி, சரியாக வைத்துக்கொள்கிறேன் அம்மா” எனச் சொன்னதோடு அல்லாமல், அன்று இரவு உறங்கும் முன் அம்மா சொன்ன வார்த்தைகளை மனதுக்குள் ஆழமாக போட்டுக்கொண்டார்.

ஒருநாள் இரவு, மணிக்கு நூறு கிலோமீட்டர் வேகத்தில் வீசிய புயற்காற்றில் தந்தை வடிவமைத்துக் கட்டிவைத்திருந்த படகு வீசியெறியப்பட்டு, இயற்கையின் அலைக்கழிப்பில் சின்னாபின்னமானது. அந்தப் புயற்காற்றில் மொத்த தனுஷ்கோடியும் புரட்டிப்போடப்பட்டதோடு அல்லாமல் பயணிகளுடன் வந்த ரயில்பாலம் தகர்ந்து கடலில் விழுந்து உயிர் பலி வாங்கியது. அந்த நாட்களில் எல்லாம் கலாமின் கவனம் தந்தை மீதே இருந்தது. காரணம், அந்த அலைகழிப்பில் கூட ஜலாலுதீன் மிகுந்த நிதானத்துடன், மன உறுதியுடன் மீண்டும் படகு கட்டும் தொழிலில் இறங்கினார்.

திரு ஜைனுலாபுதீன் அவர்களின் மனது இதற்கு முன்னரே தனது குடும்ப பாரங்களை, பொருளாதாரச் சிக்கல்களை மிகத் திறம்பட நேர்கொண்டதனால் இத்தகைய இயற்கை பேரிடர்கூட அவரை ஒன்றும் செய்யவில்லை. இரண்டே இரண்டு விஷயங்களை இந்த நிகழ்வின் மூலம் கலாம் தன்னுள் ஏற்றுக்கொள்கிறார். "ஒரு உழைப்பாளியாக இருப்பது என்றால், உங்களுக்கு என்ன நேர்ந்தாலும் சரி, அன்றைய நாளை எதிர்கொள்வதற்கு நீங்கள் முற்றிலும் தயாராக இருக்கவேண்டுமென்றும், உங்களுக்கு ஏற்படும் பிரச்சினைகளை எதிர்கொள்வதன் மூலம் வாழ்க்கையை மீண்டும் உருவாக்குவதுதான் தொடர்ந்து வாழ்க்கையை ஓட்டுவதற்கான வழி" என்பதனை தந்தையின் செயல்களின்வழி உணர்கிறார்.

எங்கோ ராமேஸ்வரத்தில் மசூதித் தெருவில் பிறந்து, நாட்டின் முதல் குடிமகன் இருக்கையில் அமரவைத்தது. கலாமின் வார்த்தைகள் என்னவனில் "நம்மைப் பார்க்கும் ஒரு தெய்வீகச் சக்தி இருக்கிறது, அது நம் சோகம், தோல்விகள் மற்றும் துயரங்களிலிருந்து நம்மை மென்மையாக உயர்த்துகிறது. நாம், நம் மனதைத் திறந்து அதை அனுமதித்தால், அது நம் உண்மையான இடத்திற்கு நம்மை வழிநடத்தும். உங்களைக் கட்டுப்படுத்தும் பிணைப்புகளிலிருந்து உங்களை விடுவித்துக்கொள்ளுங்கள், அந்தச் சக்தி உங்கள் மனதை முந்திக்கொள்ளட்டும், அப்போதுதான் நீங்கள் உண்மையான மகிழ்ச்சிக்கும் அமைதிக்கும் செல்லும் பாதையில் இருப்பீர்கள்.

4. மூன்று வழிகாட்டிகள்

'மதம் என்பது உயர்ந்தவர்களுக்கு நண்பர்களை உருவாக்குக்கொள்ளும் களமாகிறது. சிறுமதி படைத்த வர்களுக்கு அது ஒரு சண்டைக் கருவியாகிது'

- ஏ.பி.ஜே.அப்துல் கலாம்

"எனது குழந்தைப்பருவம் எனது விலைமதிப்பில்லாத பொக்கிஷம்" என்பதை அவரது சுயசரிதையில் குறிப்பிட்டுள்ளார். ஒவ்வொரு குழந்தையையும் அதனை உணரவைப்பதற்கும் வழிகாட்டியாக இருந்துள்ளார். கலாமின் உள்ளத்துள் இருந்த பொக்கிஷத்தை இனம்கண்டு அதனை அவர் கையில் கிடைக்க உதவியவர்கள், மூவர். அவர்கள் நண்பர் ஜலாலுதீன், சம்சுதீன் மற்றும் ஆசிரியர்கள் சிவசுப்பிரமணிய ஐயர், அய்யாத்துரை சாலமோன் ஆகியோர்.

அகமது ஜலாலுதீன்

தந்தைக்கு அடுத்து தமையன் என்றாலும், இங்கு கலாமின் நண்பர், மைத்துனர் திரு.அகமது ஜலாலுதீன் அவர்களே, கலாமின் சிந்தனைகளுக்கு உயிர்கொடுத்து வழிநடத்தினார். ராமேஸ்வரத்தில் கொஞ்சம் ஆங்கிலம் படித்தவர் எனில் அது ஜலாலுதீன். அங்குள்ள மக்களுக்கு கடிதம் படித்துக் காண்பிப்பது, செய்தித்தாள் படிப்பது மற்றும் மனு எழுதிக்கொடுப்பது என வெளியுலகம் குறித்த நிகழ்வுகளையும் பரந்துபட்ட அறிவினையும் கொண்டிருந்தார்.

அறிவெனும் பொக்கிஷத்தை கலாமிற்குத் தேடிக்கொடுத்து அதனை தொடர்ந்து தேடுவதற்கு ஊக்கப்படுத்தியவர், ஜலாலுதீன்.

ஒரு சாதாரண ஏழைமகனின் வாழ்க்கைக்கு அப்பாற்பட்டு இருக்கும் விண்வெளி, அறிவியல், கண்டுபிடிப்புகள், அரசியல் என அனைத்தையும் கலாமிற்கு திறம்பட அத்தனைச் செய்திகளையும்கூறி கண்திறந்தவர், ஜலாலுதீன் அவர்கள்.

கலாமின் சிறுவயதில், தன் தந்தை படகு கட்டும் பணியில் அவருக்கு உதவிசெய்ய ஆரம்பித்தது முதல் கலாமிற்கு நெருக்கமானார்.

கலாமைவிட பதினைந்து வயது மூத்தவர், ஜலாலுதீன். பின்னர் கலாமின் சகோதரியை மணந்து மைத்துனர் ஆனார்.

கலாமின் நடவடிக்கைகளை, உணர்வுகளை, எண்ணங்களைக் கட்டமைத்ததில், கட்டுப்படுத்தியதில் ஜலாலுதீனிற்கு முக்கியப் பங்குண்டு. கலாமின் அறிவுத் தேடலை உணர்ந்து, கலாமின் தந்தையிடம் எடுத்துரைத்து ராமநாதபுரம் ஸ்வார்ட்ஸ் உயர்நிலைப் பள்ளியில் சேர்த்ததின் பெருமை ஜலாலுதீனையே சாரும்.

ஜலாலுதீனின் தீர்க்கமான அறிவுரைகள் கலாமிற்கு ஏற்பட்ட இக்கட்டான நிகழ்வுகளின்போது தட்டிக்கொடுத்து கைதூக்கி விட்டது.

சிவ சுப்ரமணிய ஐயர்

ஆச்சாரமும் அனுஷ்டானமும் மிக்க பிராமணக் குடும்பத்தைச் சேர்ந்தவர், ஆசிரியர் சிவ சுப்ரமணிய ஐயர். "நானும் ஒருநாள் வானத்தின் உச்சியை எட்டுவேன்" எனக் கலாம், தன் மனதிற்குள் சொல்லிக்கொள்ள உந்துதலாக இருந்தவர். கலாமிடம் இருக்கும் அறிவுத்திறனைக் கண்டுவியந்தவர். அடிக்கடி மனதிற்கு எழுச்சியூட்டும்விதம் நேர்மறை மற்றும் பகுத்தறிவுச் சிந்தனையை சொல்லிக்கொண்டே இருப்பார்.

கடற்கரைக்கு மாணவர்களைக் கூட்டிச்சென்று, அங்கு வானில் பறக்கும் பறவைகளைக் காண்பித்து, அதன் காரணத்தை அறிவியல் விளக்கங்களுடன் எடுத்துரைத்து, விமானமும் இந்த அடிப்படையில்தான் இயங்குகிறது எனக்கூறி கலாமின் கனவிற்கு வடிவத்தைக் கொடுத்தவர், அவர்தான். மேலும் ஏற்கெனவே தனது மைத்துனர் ஜலாலுதீன்மூலம் இரண்டாம் உலகப்போரில் விமானங்களின் வலிமையை பத்திரிகைவாயிலாக கேட்டறிந்த காரணத்தினால், அன்றிலிருந்து 'தானும் ஒருநாள் விமானி ஆகவேண்டும்' என்று மனதில் எண்ணத்தினை விதைப்பதற்குக் காரணமானார்.

கலாம், ஐந்தாம் வகுப்பு படித்த நேரத்தில் ஒருநாள், கலாமை தன் வீட்டிற்கு விருந்திற்கு வருமாறு அழைப்புவிடுத்தார். ஆசிரியர் சொல்லுக்கு மறுப்பேதும் கூறாமல் அழைத்த அந்த நாளில் ஆசிரியரின் இல்லத்திற்குச் சென்றார்.

அழைத்ததோடு மட்டுமல்லாமல், உணவும் பரிமாறினார், நன்கு கவனித்துக் கொண்டார். காரணம், பூணூல் போட்ட ஒருவருடன் குல்லா போட்ட ஒருவர் சேர்ந்து உணவு உண்பது ஆசிரியரின் வீட்டில் உள்ளவர்களுக்குப் பிடிக்கவில்லை. பாவம் கலாம். இதை உணர்ந்தவாறு உணவினை எடுத்துக்கொள்ளத் தயங்கினார் என்பதை உணர்ந்த ஆசிரியர், கலாமிடம், "கலாம், இன்று நீ எனது விருந்தாளி. ஒன்று சொல்கிறேன், உனக்கு. இந்த மாதிரியான சமூக அமைப்பினை மாற்றவேண்டும் என்று எண்ணியபிறகு இதெற்கெல்லாம் மனம் தளராது பிரச்சினைகளை எதிர்கொள்ளவேண்டும்." என்று ஆசிரியர் கேட்டுக்கொண்டபின் கலாம், உணவு உண்ணச் சம்மதித்தார்.

கலாமின் உணவுண்ணும் பாங்கு, நிதானம், கனிவான பார்வை, உணவுண்டு முடித்தபின்பு சுத்தம்செய்த அந்த அழகு என அத்தனையையும் சிவ சுப்ரமணிய ஐயரின் மனைவிக்குப் புதிதாக இருந்தது. முதலில் வெறுப்பைப் பொழிந்தாலும் அவரின் மனதை மாற்றியதோ, என்னவோ தெரியவில்லை. மீண்டும் ஒருமுறை ஆசிரியர் மதிய உணவுண்ண அழைத்தபோது ஆசிரியரின் மனைவியே வரவேற்று உணவினைப் பரிமாறினார்.

அதன்பின்பு ஆசிரியர் "பெரிய நகரங்களில் உள்ள மெத்தப் படித்தவர்களுக்குச் சமமாக நீ உயரவேண்டும் கலாம். இப்படிப்பட்ட

சமூகப் பழக்கங்களை துணிவுடன் எதிர்கொள்ள வேண்டும்" என ஆசிரியர் கூறினார். கலாமின் மனதில் மதப்பாகுபாடு கூடாது என்ற எண்ணம் ஆழமாக ஊன்றியதற்கு இச்சம்பவம் ஒரு பாடமாக அமைந்தது.

இந்த நிலையில், எட்டாம் வகுப்பு முடித்து ஒன்பதாம் வகுப்பு படிக்கப் போதிய பொருளாதாரச் சூழ்நிலை இல்லை, மேலும் படிப்பைத் தொடர்வதற்கு பள்ளியும் அங்கு இல்லை. இதை நன்கு உணர்ந்த கலாமின் ஆசிரியர் சிவசுப்பிரமணிய ஐயர், கலாமின் தந்தை ஜைனுலாபுதீனிடம் எடுத்துக்கூறி, தன் மாணவனின் உள்ளார்ந்த அறிவாற்றலை மேலும் செறிவுபடுத்த ராமநாதபுரம் அனுப்பவேண்டியதன் அவசியத்தை உணர்த்தினார். இந்த முடிவை ஒப்புக்கொண்டார், கலாமின் தந்தை. ஒருவேளை, இந்த நிகழ்வு நடக்கவில்லையெனில், காலம் ஒரு சாதாரண மனிதனாக கலாமை கடந்துபோகும்படி செய்திருக்கக்கூடும்.

கலாமும், நெருங்கிய நண்பர்களான சம்சுதீன் மற்றும் ஜலாலுதீனும் ராமநாதபுரம் ஸ்வாட்ஸ் பள்ளி சென்றனர். கலாம் தங்குவதற்குத் தேவையான ஏற்பாடுகளைச் செய்துவிட்டு ராமேஸ்வரம் திரும்பினர். இந்த இருவரில், கலாமின் முதல் வழிகாட்டி என்றால் ஜலாலுதீன்தான். ராமநாதபுரம் செல்வதற்குத் தேவையான பொருளுதவியில் சிலவற்றை அவரே செய்தார். மேலும் எப்பொழுதுமே கலாமின் லட்சியக்கனவுகளை, கேள்விகளை கலாம் கேட்கும்முன்னரே ஜலாலுதீன் அறிந்து அதற்குப் பதில் அளிப்பார். கலாம், தன் பெற்றோரிடமிருந்து நேர்மை, சுயஒழுக்கம், அன்பு, விசுவாசம் என்பதைக் கற்றுக்கொண்டார்.

இங்கே, இந்த இரு நண்பர்களிடமிருந்து ஒவ்வொரு மனிதனும் ஏதோ ஒரு தனிச்சிறப்புமிக்க ஒன்றை தனக்குள் வைத்துக்கொண்டுதான் இருக்கிறான் என்பதைப் புரிந்துகொண்டார். அவர்கள் பெரிய கல்விமான்களோ, செல்வந்தர்களோ இல்லை. இருப்பினும் தன்னைச்சுற்றி இருப்போரில், அவர்களின் கனவுகளுக்கு வடிவம் கொடுக்க முன்வந்தவர்கள், அவர்கள். அதுவே அவர்களின் தனிச்சிறப்பு. இந்த நண்பர்கள் மற்றும் ஆசிரியர் சிவசுப்பிரமணிய ஐயர் ஆகியோரின் முயற்சியால், ஸ்வாட்ஸ் பள்ளியில் கலாம் சேரமுடிந்தது.

சாலமோன் அய்யாத்துரை

எப்போதுமே நமக்கு அன்னியமானபுதியசூழல் நம்மை திகைப்பூட்டுவதாவும் பயமூட்டுவதாகவும் பதட்டமடையச் செய்வதற்கான வாய்ப்பினையும் உண்டாக்கும். அச்சமயத்தில் நாம், நம்மை கொஞ்சம் ஸ்திரப்படுத்திக்கொள்ள வேண்டியது அவசியம்.

கலாமிற்கு இது நடந்தேறியது. ராமேஸ்வரத்தை விட்டு கல்வி நிமித்தமாக ராமநாதபுரம் சென்றபோது, முதலில் புறச்சூழல் அவரை நடுங்கச்செய்தது. அப்போது அவரது கையை இறுகப்பற்றி தைரியமூட்டியது, ஒரு கை. அது, ஆசிரியர் அய்யாத்துரை சாலமோன் அவர்களின் கை.

ஆசிரியர் அய்யாத்துரை சாலமன், தோழமையுடன் மாணவர்களை அணுகுவதிலும் சரி, மாணவர்களின் சுயமதிப்பை உணரவைப்பதிலும், பாகுபாடு பார்க்காமல் பழகுவதிலும் சரி, அவருக்குநிகர் அவர்தான் என்பதை கலாம் உணர்ந்தார். இப்படியாக ராமேஸ்வரம் கொடுத்த மாணவரை ராமநாதபுரம் தத்தெடுத்துக்கொண்டது.

கலாமிற்கு, அய்யாதுரை சாலமன் அவர்களுக்குமான உறவு ஆசிரியர் மாணவன் உறவைத் தாண்டி உயர்ந்த இடத்தை அடைந்திருந்தது. கலாமின் கனவை மேலும் அதிகமாக்கியதோடு, ஆசைப்படும் கனவிற்கு உழைத்தே ஆகவேண்டும். ஆசைப்பட்டது

நடந்தேறுவதற்கு நிச்சயம் நடந்தேதீரும் என நம்பவேண்டும் என்பதை அவர்தான் கற்றுக்கொடுத்தார்.

"வாழ்க்கையில் வெற்றி பெறவேண்டும், நினைத்ததைச் சாதிக்கவேண்டும் என்றால் ஆசை, நம்பிக்கை, எதிர்பார்ப்பு என்ற மூன்று வலுவான சக்திகளைப் புரிந்துகொண்ட அதில் கைதேர்ந்தவராகிவிட வேண்டும்" என்ற அய்யாத்துரை சாலமோனின் வாக்கு, அப்துல் கலாம் அவர்களால் உண்மையானது.

5. அறிஞர் அண்ணாவின் ரசிகன் கலாம்

'வெற்றிக்கும், தோல்விக்கும் இடையே உள்ள வித்தியாசத்தை நிர்ணயிப்பது தான் பிரச்சினை. பிரச்சினைகள் தாம் உள்ளார்ந்த துணிச்சலையும், ஞானத்தையும் வெளிப்படுத்துகின்றன'.

-ஏ.பி.ஜே.அப்துல் கலாம்

எட்டாம் வகுப்பினை ஸ்வாட்ஸ் பள்ளியில் படித்துக்கொண்டிருந்த சமயத்தில் ஒரு நிகழ்வு கலாமின் மனதில் பெரும் தாக்கத்தினை ஏற்படுத்தியது. 1950 களில் தமிழ்நாட்டின் ஒவ்வொருவரும் ஒரு தலைவனின் பேச்சுக்கு மகுடிக்கு மயங்கிய பாம்பு போல் கட்டுண்டு கிடந்தனர். அவர் சொல்லின் வித்தகர், அடுக்கு மொழிப் பேச்சின் அரசன், தென்னாட்டு பெர்னாட்ஷா திரு. அண்ணாதுரை அவர்கள். அப்படிப் பட்ட அண்ணாவின் பேச்சுக்கு அப்துல் கலாம் மிகப்பெரிய ரசிகர். அவர் பேச்சினை எங்கு கேட்பினும் நின்று கேட்டுக் கொண்டே இருப்பார். தன் நண்பர்களிடமும் விவாதிப்பார், சிலாகித்துப் பேசுவார்.

அத்தகைய பேச்சாளர் அண்ணாவை தன் பள்ளிக்கூட ஆண்டு விழாவிற்கு அழைக்க வேண்டும் என விரும்பி கலாமும், நண்பர்கள் சிலரும் பள்ளித் தலைமையாசிரியருக்குத் தெரியாமல் சென்னைக்கு ரயில் ஏறினர்.

சென்னைக்கு வந்து இறங்கி அண்ணாவின் வீட்டிற்கு சென்றனர். மிகச் சாதாரண நபராக கைலி, கை வைத்த பனியன், சவரம் செய்யாத முகம் ஆகியவற்றுடன் மனதை ஆட்டுவிக்கும் கரகர குரலில் இவர்களிடம் உரையாடினார் அண்ணா அவர்கள். பள்ளி ஆண்டு விழாவிற்கு வரும்படி அவர்கள் அழைத்தனர். "இப்போது நேரமில்லை நானே பிறகு நேரம் ஒதுக்கி வருகிறேன்" எனச் சொல்லி அவர்களை அனுப்பிவைத்தார் அண்ணா. சில நாட்கள் கழித்து பள்ளிக்கு அண்ணா வருவதாகத் தகவல் தெரிவிக்கப்பட்டது. தலைமையாசிரியருக்கு ஒன்றும் புரியவில்லை. பின் கலாமும், நண்பர்களும் தலைமை ஆசிரியருக்கு நடந்ததை விவரித்தனர். அவர் கோவத்துடன் தண்டித்தார், இனி இதுபோன்ற செயல்களை

செய்யவேண்டாம் என்று அறிவுரை கூறினார். ஆனாலும் ஆனது ஆகட்டும் அண்ணா அவர்களை சிறப்பான முறையில் வரவேற்போம் என முடித்தார்.

ஆண்டு விழாவும் வந்தது, பள்ளி முழுக்க மட்டுமல்லாமல் ராமநாதபுர மாவட்டமே கோலாகலாமான கொண்டாட்டத்துடன் அண்ணா அவர்களை வரவேற்கத் தயாரானது. மேடை ஏறிய அண்ணா மாணவர்களைப் பார்த்து என்ன தலைப்பில் பேசலாம் எனக் கேட்க, நதிகள் எனும் தலைப்பு இறுதி செய்தனர் மாணவர்கள்.

அண்ணாவின் பேச்சு கொடுக்கப்பட்டத் தலைப்பைப் போல நதி வெள்ளம் மடை திறந்து ஓடியது. சுமார் ஒன்றரை மணி நேரப் பேச்சில் இந்தியா முதல் ரஷியா, சீனா, சுவிட்சர்லாந்து, அமெரிக்கா, சிந்து நாகரீகம் என ஒட்டுமொத்த உலகையும் நதிநீரின் அவசியத்தையும் கண்முன்னே கொண்டுவந்தார். அக்கணம் தான் கலாமின் நெஞ்சில் நதிநீரின் முக்கியத்துவமும் அதன் இணைப்பும் பசுமரத்தாணிபோல பதியத்தொடங்கியது. பின்னாளில் நதி நீர் இணைப்பு குறித்து கலாம் பேசுவதற்கு பேரறிஞர் அண்ணாவின் அந்தப் பேச்சு உந்துதலாக இருந்தது.

ஸ்வாட்ஸ் பள்ளியில் உயர்பள்ளிப் படிப்பை முடித்த கையோடு, புதிய நம்பிக்கையோடு திருச்சி செயின்ட் ஜோசப் கல்லூரியில் இன்டெர்மீடியட் படிப்பில் 1950இல் சேர்ந்தார். இன்டெர்மீடியட் முடித்த கையோடு அதே கல்லூரியில் பி.எஸ்.சி., வகுப்பில் சேர்ந்தார். சிறுவயதிலிருந்தே விமானி ஆகும் கனவோடு படித்துவந்த கலாம் அவர்களுக்கு, அக்கல்லூரியில் சேர்ந்த பிறகுதான் தெரிந்தது, விமானி ஆகத் தேவையான இயற்பியல் என்ற பிரிவே அந்தக் கல்லூரியில் இல்லை என்பது. அக்காலத்தில், என்னென்ன உயர் படிப்புகள் இருக்கிறது அவற்றை எப்படித் தேர்ந்தெடுப்பது போன்ற எதுவும் அவருக்கு அப்போது தெரிந்திருக்கவில்லை. உண்மையில், விமானி ஆவதற்கு இன்டெர்மீடியட் முடித்த கையோடு பொறியியல் படிப்பில் சேர்ந்திருக்க வேண்டும். இனி, அதற்கு வாய்ப்பில்லை. இந்த பி.எஸ்.சி., படிப்பை முடித்த பின்பு மீண்டும் அவர் பொறியியல் படிப்பில் சேர்ந்து படித்தால் மட்டுமே அவர் தன் கனவை அடையமுடியும். இது, ஒருவகையில் தலையைச்சுற்றி மூக்கைத் தொடுவதுபோல். ஆனால் இப்போது வேறு வழியில்லை. இதை நன்கு உணர்ந்த கலாம் அவர்கள், முழுமையாகத் தெளிவுபெற்று படிக்கத் தொடங்கினார்.

அங்கு படித்த அந்த நான்கு ஆண்டுகளும் அவரது அறைத்தோழர்களாக இருந்தவர்கள் இருவரில், ஒருவர் ஸ்ரீரங்கத்தைச் சேர்ந்த பிராமண நண்பர் மற்றொருவர் சிரியன் கிறித்தவர். இதை தற்செயலாகப் பார்த்தால் தற்செயல். இல்லை பிரபஞ்சத்தின் ஏற்பாடா? என்றால் அதுவும் எனலாம். பின்னாளில் இந்தியா எனும் பரந்த தேசத்தைப் புரிந்துகொள்ள அந்த விடுதி அறை வாழ்க்கை, அவருக்கு பிற மதங்களைச் சேர்ந்தோர்களின் அன்றாட வாழ்க்கையையும் அவர்களது நம்பிக்கைகளையும் புரிந்துகொள்வதற்கான இயற்கையின் முன்திட்டம் என்றும் எடுத்துக் கொள்ளலாம். இது, இப்போது துவங்கியதல்ல. சிறுவயதிலிருந்தே தன் தந்தையார் வழியாகவும் பள்ளிக் கல்வியில் நட்பு பாராட்டிய ராமநாதன் வழியாகவும் ஆசிரியர் அய்யாத்துரை சாலமன் வழியாகவும் நல்லிணக்க குணவியல்புகள் கலாமை வழிநடத்தி வந்துள்ளன. அதன் தொடர்ச்சிதான், இதே கல்லூரியிலும் அவருக்குத் தொடர்கிறது. 'நீ என்ன ஆக நினைக்கிறாயோ, அதுவாகவே ஆகிறாய்' என்ற விவேகானந்தரின் வார்த்தைக்கேற்ப, இப்பிரபஞ்சம் அவருக்கு ஒத்திசைவான நிகழ்வுகளை நடத்திற்று எனலாம்.

கல்லூரிப் படிப்பில், விடுதியில் அசைவ சாப்பாட்டிற்கு அதிகம் காசு செலவு என்பதால் சைவத்திற்கு மாறினார், கலாம். ஆனால் அதுவே பழக்கமாகி பின் வாழ்நாள் முழுதும் சைவ உணவு முறையைப் பின்பற்றினார். ஒருவழியாக 1955இல் கலாம் அவர்கள், பி.எஸ்.சி., பட்டப்படிப்பை முடித்தவுடன் அடுத்து முன்பே திட்டமிட்டபடி, பொறியியல் மேற்படிப்பில் சேர தனக்குப்பிடித்த சென்னை குரோம்பேட்டை MITஇல் விண்ணப்பித்துக் காத்திருந்தார். அவர் எதிர்பார்த்ததுபோல இடமும் கிடைத்துவிட்டது.

ஆனால் அங்கு சேர்வதற்குக் கட்டணத்தொகை ஆயிரம் ருபாய் தேவைப்பட்டது. அக்காலத்தில் ஆயிரம் ரூபாய் என்பது அன்றைக்கு சவரன் என்ன விலை விற்றது என்பதை வைத்துக் கணக்குப் போட்டுக்கொள்ளுங்கள். இன்று அது குறைந்தது 1 லட்ச ரூபாய் மதிப்பு இருக்கும். அந்த வயதில், அவர் குடும்பமிருந்த இருப்பில் அவருக்கு அது மிகப்பெரிய தொகை. என்ன செய்வதென்று தெரியாமல் இருந்த கலாமிற்கு, அவரது மூத்த சகோதரி தன்னுடைய வளையல், சங்கிலியை அடமானம் வைத்து, வேண்டிய ரூபாயை தேடிக் கொடுத்தார். அதனை

எப்படியும் மீட்டுக் கொடுப்பேன் என்று வாக்கும் கொடுத்தார், கலாம். அதற்கு ஒரேவழி, நன்றாகப் படித்து கல்வி உதவித்தொகை பெறுவது மட்டும்தான்.

ஒருவழியாக, கனவுப் படிப்பில் சேர்ந்த கையுடன் கல்லூரிக்கு வந்த கலாமுக்கு, அங்கு வளாகத்தில் கண்ட காட்சி அவரை உறையச்செய்தது. ஆம். அங்கு நிறுத்தப்பட்டிருந்த பயன்படுத்தத் தகுதியற்ற இரண்டு விமானங்கள்தான், அது. மாணவர்களின் செயல் விளக்கத்திற்காக நிறுத்தப்பட்டிருந்தது. ஆனால் கலாமுக்கோ அது, தன் கனவு வாகனம். ஒவ்வொருநாளும் அவர் மனச்சிறகில் பறவைகளுக்குப் போட்டியாக பறந்துகொண்டிருந்தார். அது, இப்படி ஓடமுடியாமல் பழுதடைந்து நிற்பதைக்கூட அவரால் தாங்கிக்கொள்ள முடியவில்லை. ஆச்சரியத்துடன் அதனருகில் சென்றார். அதை நடுங்கும் விரல்களால் வருடினார்.

அவருக்கு மட்டும் அப்போது கவிதை எழுதும் ஆற்றல் இருந்திருந்தால் ஒரு கவிதையே பாடியிருப்பார். பின் ஆவலுடன் அதில் ஏறி அமர்ந்துகொண்டார். இப்போது விமானம் அந்தரத்தில் மேகக்கூட்டங்களுக்கு நடுவே கீழே தரையில் முனையத்திலிருந்து அவருக்குக் கட்டளைகள் வருகின்றன.'மிஸ்டர் கலாம் ட்யூ டு நேச்சுரல் கலாமிட்டிஸ் ப்ளீஸ் லேண்ட் யுவர் ப்ளைட் இம்மீடியட்லி.'

கலாம் சிரித்தபடியே, கட்டளையை ஏற்று விமானத்தை தரை இறக்குகிறார்.

விமானம் தாழ்வாகப் பறந்து கீழே கீழே... விண்ட் ஷீல்ட் முன் ஓடுதளப் பாதை வேகமாய் முன்னோக்கி வர விமனம் தரையிறங்கி ஓடி நிற்கிறது.

அத்தோடு கலாமின் கனவும் முடிந்து சுற்றிப் பார்க்க கல்லூரி வளாகம். பின் இறங்கி தன் எதிர்கால லட்சியம் அதற்கு முன்னிலும் பல மடங்கு நம்பிக்கையுடன் விரைந்து கல்லூரிக்குள் சென்றார், கலாம்

6. சவால்களே சாதனையின் முதல்படி

'கற்றலின் ஒரு அங்கமாக தவறுகளை அனுமதிக்க வேண்டும். தவறுகளைத் தடுப்பதற்கான சிறந்தவழி அவை நேரிடக்கூடும் என்பதை எதிர்பார்த்திருப்பதுதான்'.

-ஏ.பி.ஜே.அப்துல் கலாம்

எதிர்கால இலட்சியத்தை கருத்தில் கொண்டு முதல் வருடப் படிப்பை வெற்றிகரமாக முடித்து இரண்டாம் வருடப் படிப்பில் குறிப்பிட்ட பாடப்பிரிவை தேர்ந்தெடுக்கும் பொருட்டு விமானப் பொறியியல் படிப்பை எந்தவித தயக்கமும் இல்லாமல் எடுத்தார். விமானம் ஓட்டுவேன் என்ற உறுதியான மனப்பாண்மை இருந்த ஒரே காரணத்தால் அவரால் அந்த முடிவை எடுக்க முடிந்தது. தடைகளும், குழப்பங்களும் அலைக்கழித்தாலும் தந்தையின் வார்த்தைகளான "மற்றவர்களை அறிந்தவன் பண்டிதன். தன்னை அறிந்தவன் உண்மையான கல்விமான். விவேகம் தராத கல்வி பயனற்றது" உத்வேகம் கொடுத்தது.

MIT பேராசியர்களின் அறிவுத்திறனையும், புத்திக்கூர்மையையும் கண்டு அடிக்கடி கலாம் வியந்துபோனார். மாணவர்களின் பசிக்கு தீனி போடும் வகையில் அவர்களின் பணி இருந்தது. மூன்றாவது மற்றும் நான்காவது வருடகாலங்கள் கலாமின் வாழ்க்கையில் புது வடிவம் கொடுத்தது. பிற்கால வாழ்க்கையின் பெரும் அடித்தளம் அமைத்துக்கொடுத்தது இங்குதான்.

பாடத்திட்டம் முடிந்து, தாழ்வாகப் பறக்கும் ஒரு போர்விமானம் வடிவமைக்கும் பணி கலாமிடம் ஒப்படைக்கப்பட்டு அவரது குழுவினரின் உதவியுடன் கூட்டாக முடிக்கும் பணி என்றாயிற்று. அதில் விமான வடிவைப்பு வரைவது கலாம் எடுத்துக் கொண்டபணி.

மாணவர்களின் பணி எந்த நிலையில் உள்ளது என்பதை பார்த்த பேராசிரியர் சீனிவாசன் திருப்தி கொள்ளவில்லை. அதனால் ஒரு மாத காலம் அவகாசம் வேண்டி நின்றார் கலாம். ஆனால் விமானத்தின் அனைத்து அம்சங்களையும் விளக்கும் கான்பிகுரேஷன் வரைபடம் உடனடியாக தயாராக

வேணும் அதுவும் மூன்று நாட்களில் இல்லையேல் கலாமின் உதவித்தொகை நிறுத்திவைக்கப்படும் என்றும் கூறிவிட்டு வேகமாக சென்றுவிட்டார். உதவித்தொகை ரத்தாகிவிட்டால் என்ன செய்வது, கதிகலங்கிப் போனார் கலாம்.

இருந்தும் தோல்வி கண்டு துவளாத கலாம் எப்படியாவது முடித்தே தீருவது என்று முடிவு செய்து இடைவிடாது உழைத்தார். உணவு, உறக்கம் துறந்து போராடினார் மூன்று நாட்களாக.

ஆசிரியர் குறிப்பிட்ட நாளும் வந்தது, பேராசிரியர் கலாம் அறைக்குள் வந்தார். கலாமின் பணியை மேற்பார்வையிட்டார். அவருக்கு பூரண திருப்தி என்பதை விட பூரண மகிழ்ச்சி. உண்மையில் மிகுந்த மகிழ்ச்சி கொண்டார். பணி சிறப்பாக வந்திருப்பதாகவும், மேலும் கலாமை தான் இதன் பொருட்டு மிகுந்த சிரமத்திற்கு ஆளாக்கிவிட்டதாகவும் சொல்லி சங்கோஜப் பட்டுக்கொண்டார்.

இந்தச் சம்பவங்கள் தான் பின்னாளில் அவரை ஒவ்வொரு பணியின் போதும் ஏற்பட்ட நெருக்கடி காலங்களில் செயலாற்ற பெரும் உந்துதலாக இருந்தது.

சவால்களே சாத்னைக்கு இட்டுச்செல்லும் படிகட்டுகல் என்பதை அன்று அங்கு உணர்ந்தார். “கஷ்டமான நிலைக்கு ஆளாக்கப்

பட்டால்தான் நம் மனமும் அறிவும் முழு சக்தியுடன் வேலை செய்யும்'' என கலாம் அடிக்கடி கூறக்காரணம் இச்சம்பவமே ஆகும். கல்வியின் அவசியத்தை உணர்த்தும் விதமாக சம்பவமாக பெரியாரின் சந்திப்பு அரங்கேறியது.

சென்னை MIT யில் படித்துக்கொண்டிருக்கும் பொழுது அப்ரெண்டீஸ் பயிற்சிக்காக பட்டுக்கோட்டையில் மில்லில் பணிபுரியும் பொழுது சூப்பர்வைஸர் அவரது இல்லத்திற்கு இரவு உணவிற்கு அழைக்க கலாமும் சென்றார். அங்கே ஏகப்பட்ட கூட்டம் ஏதோ வி.ஐ.பி வந்திருக்கிறார் என நினைத்து எட்டிபார்த்தவருக்கு ஆச்சரியம். அங்கே வட்டக் கண்ணாடிக்குள் சூரியன் போன்ற கண்களுடன், வெண் தாடியுடன் தந்தைப் பெரியார் அமர்ந்திருந்தார். என்றாவது ஒருநாள் சந்திக்க வாய்ப்பு கிடைக்கும் என எதிர்பார்த்த கலாமிற்கு இன்ப அதிர்ச்சி. கலாமைப் பார்த்த பெரியார் அவரை அழைக்கிறார்.

கலாமிடம் அவர் யார், இங்கே என்ன செய்கிறார். என்பதை கேட்டுவிட்டு "தம்பி... அப்துல் கலாம், நீ படித்துக் கொண்டிருக்கும் இடம் நல்ல இடம். உனக்கு இந்தப் படிப்பு ரொம்ப முக்கியமானது. இப்போதைக்கு உன்னுடைய பொறுப்பு நன்றாக படிக்க வேண்டும் என்பதுதான். அதில்மட்டுமே கவனத்தைச் செலுத்து, படிப்பு முடியும்வரை அரசியலில்கூட கவனம் கொள்ளாதே. நீ நன்றாகப் படித்து முடிப்பதுதான் இந்த நாட்டின் முன்னேற்றத்துக்கு நீ அளிக்கக் கூடிய முக்கியமான பங்கு''

கல்வி பெற்ற இளைய சமுதாயம்தான் ஒரு நாட்டின் அளப்பரிய சொத்து என்பதை மிக அருமையாக உணர்த்திய சம்பவம். அவரை மீண்டும் மீண்டும் கூர்தீட்டியது.

7. கை நழுவிய கனவு

'காலத்தின் மணல் பரப்பில் உன் காலடிச்சுவடுகளைப் பதிக்க விரும்பினால், உனது கால்களை இழுத்து இழுத்து நடக்காதே'.

-ஏ.பி.ஜே.அப்துல் கலாம்

*HAL*இல் பயிற்சிக்குப்பின்னர் *MIT*இல் விமானப் பொறியாளராக வெளிவந்தபோது, ஏற்கெனவே விண்ணப்பித்திருந்த இரண்டு பணிகளுக்கான நேர்முகத்தேர்வு அழைப்பு வந்திருந்தன. ஒன்று, விமானப்படையில் விமானி பணிக்கான அழைப்பு. மற்றொன்று, பாதுகாப்பு அமைச்சகத்தின் தொழில்நுட்பப் பிரிவில் சேருவதற்கான அழைப்பு. இரண்டுமே, கிட்டத்தட்ட ஒரேசமயத்தில் வரச்சொன்னதால் முதலில், டெல்லிக்குச் சென்று பாதுகாப்பு அமைச்சகத்தின் நேர்முகத்தேர்வை முடித்தார். பின்னர் விமானி பணிக்கான நேர்முகத்தேர்வுக்காக டேராடூனுக்குத் தன் கனவுப் பயணம் மேற்கொண்டார். விமானி ஆகவேண்டும் என சிறுவயது முதலே எண்ணிக்கொண்டதால் மிகுந்த பரபரப்புடன் காணப்பட்டார். எட்டு விமானிப் பணியிடங்களுக்கான நேர்முகத்தேர்வில் நிராகரிக்கப்பட்டார். ஒன்பதாவதாகத் தேர்வானார். வாழ்க்கையின் விரக்தி நிலைக்கே சென்றார். என்ன செய்வதென்பதே அறியாமல் ரிஷிகேஷ் சென்றார். கை நழுவிய கனவினை எண்ணித் துயரம்கொண்டார். கங்கையில் நீராடினார். அருகே இருந்த சிவானந்த ஆசிரமத்திற்குச் சென்றார். அங்கிருந்த துறவியிடம், தனது ஆசை நிராசை ஆனதையும் இந்திய விமானப்படையில் சேரமுடியாமல் போனதையும் கூறினார்.

துறவி சிவானந்தர் அனைத்தையும் கேட்டுவிட்டு பின் அமைதியாக அவரிடம் "உன்னுடைய தலைவிதியை ஏற்றுக்கொண்டு வாழ்க்கையின் போக்கிலேயே நடைபோடு. விமானியாக வேண்டும் என உனக்கு விதிக்கப்படவில்லை. உனக்கு என்ன விதிக்கப்பட்டிருகிறதோ அது இப்போது வெளிப்படாமல் போகலாம். ஆனால், அது ஏற்கனவே தீர்மானிக்கப்பட்டுவிட்டது. இந்தத் தோல்வியை மறந்துவிடு. உனக்கு விதிக்கப்பட்டிருக்கும் இடத்திற்குப் போக இது வழிகாட்டும். உன்னுடைய இருப்புக்கான

நிஜமான நோக்கம் என்ன என்ற தேடலில் இறங்கு. உன்னுடைய சுயத்தோடு நீ ஒன்றிவிடு, என் மகனே..." ! என்று கூறி முடித்தார். மனத்தெளிவு அடைந்தார் கலாம்.டில்லி திரும்பினார்.

8. நாயகனின் நாயகன்

'பொறுப்புடன் கூடிய சுதந்திரம் மட்டுமே தனிப்பட்ட மகிழ்ச்சியின் அடித்தளம்'

-ஏ.பி.ஜே.அப்துல் கலாம்

"உண்மையைத் தேடு. தடைகளில் இருந்து அது உன்னை விடுவிக்கும்"

-பக்ஷி லக்ஷ்மண சாஸ்திரி
(கலாமின் தந்தையின் நண்பர்)

பாதுகாப்பு அமைச்சகத்தில் DTD& P(AIR) முதுநிலை விஞ்ஞானி உதவியாளராக பணி உத்தரவுக் கடிதம் பெற்றார். மாத அடிப்படைச் சம்பளம் ரூ.250/ மட்டுமே. இயக்குநரகத்தில், தொழில்நுட்ப மையத்தில்(விமானப்படை) நியமித்தார்கள். முதல்நாள் மையப் பணிமனையில் அவருக்காக ஒரு விமானம் காத்துக்கிடந்தது. அது பயிற்சி விமானம். அதைத் தொட்டுப்பார்த்தார். எந்த விமானம் ஓட்டமுடியாமல் போனதோ அந்த விமானம் முன்பு கல்லூரியில் சென்றபோது முதல் நாள் இதுபோன்ற விமானம் ஒன்றில் ஏறி அமர்ந்து, வானில் பறப்பதுபோலக் கனவு கண்டது நினைவுக்கு வந்தது. ஒரு கணம், தன் கனவு நிறைவேறாமல் போய்விட்டதே என்ற மயக்கம் விரல்களை நடுங்கச் செய்தது. மறுகணம், ஒரு நம்பிக்கை ஒளி முளைத்தது. இருண்ட பாதையில் நடந்துசெல்லும்போது தூரத்தில் ஒரு வெளிச்சப்புள்ளி தோன்றுமே, அதுபோல. அட, விமானம் ஓட்டமுடியாமல் போனாலும் அதனை வடிவமைக்கும் பணிகிடைத்ததே. பயணிப்பவனைவிட படைப்பவன்தானே பெரிய ஆள். சட்டென மகிழ்ச்சியில் உள்ளம் நிரம்பியது. வாழ்க்கையில் நமக்கு வரும் எல்லா இடர்களிலும் ஒரு திருப்பம் ஒளிந்திருக்கும். அப்போது நமக்குத்தெரியாது. அந்தத் திருப்பம்தான் நம் உயர்வுக்கு உகந்த வழி என்பது பிற்பாடு காலம்தான் நமக்கு உணர்த்தும். அட, அன்று நாம் கஷ்டப்பட்டோமே, அது எவ்வளவு பெரிய முட்டாள்தனம் என. ஆம். கலாம் வாழ்வில் நடந்த இச்சம்பவம் அதற்கு சரியான சாட்சி. ஒருவேளை, அன்று மட்டும்

அவர் விமானியாக இருந்தால் கடைசிவரை விமானியாகவோ அல்லது அதிகபட்சம் விமானப்படை தளபதியாகவோ மட்டும் உயர்ந்திருப்பார். ஆனால் அன்று அந்த வாய்ப்புக் கிடைக்காமல் போனதால்தான் ஒரு விஞ்ஞானியாக அடையாளம் பெற்று, ஒரு நாட்டிற்கே ஜனாதிபதியாகும் வரை அவருக்குப் பாதைகள் காத்திருந்து திறந்து கொடுத்து, அவரை உச்சத்துக்கு அழைத்துச் சென்றது. அன்று முதல்நாள் அவருக்கு வருத்தம்தான் என்றாலும் மாற்றுச்சிந்தனை அவருக்கு மகிழ்ச்சியளித்தது.

முதல் வருடத்தில் சூப்பர் சோனிக் விமானம் வடிவமைக்கும் பணியைப் பெற்றார். மூன்று வருடங்கள் ஓடின. பெங்களூரில் AERONAUTICAL DEVELOPMENT ESTABLISHMENT (ADE) என்ற அமைப்பு உருவானது. அவரை, அந்த அமைப்பிற்கு மாற்றினர்.

முதல் வருடத்தில் வேலைப்பளு என்றில்லை. அச்சமயம்தான் தரையிலிருந்து இயக்க பறக்கும் சாதனம் (GROUND EFFECT MACHINE) ஹோவர் கிராப்ட் தொடர்பான பூர்வாங்க ஆய்வுகளின் அடிப்படையில் ஒரு குழு அமைக்கப்பட்டது. அந்தக் குழுவிற்கு கலாமை தலைமை தாங்க, ADEஇன் இயக்குனர் A.P.மெடிரட்டா. அடுத்த மூன்றுவருடக் காலத்தில் ஹோவர் கிராஃப்ட் விமானத்தின் முன்னேறிய மாடலை வடிமைக்கும்படி கூறினார்.

அங்கே ஒரு குழு இருந்ததே தவிர, யாருக்கும் அதில் முன்அனுபவம் இருந்ததில்லை. அவர்களுக்குப் பறக்கும் விமானத்தை வடிவமைக்கும் எண்ணம் இருக்கிறது. ஆனால் சரியான வழிகாட்டுதல்கள், சரியான உதிரிபாகங்கள், அடிப்படை வசதிகள் என எதுவும் கூறும்படி அங்கு இல்லை.

கலாம் அவர்களிடம் பேசினார். நமக்கான வாய்ப்புகளை நாம்தான் உருவாக்கிக்கொள்ளவேண்டும். குழுவினரை உற்சாகப்படுத்தினார். அவர்களும் ஒருகட்டத்தில் களமிறங்கினர். பின்னர் திட்டம் படிப்படியாக முன்னேற்றம் கண்டது.

ஆனால் சுற்றியிருந்த கூட்டமோ இவர்களை ஏளனமாகவே பார்த்தனர், பரிகசித்தனர். பகற்கனவு, எனக் காணும் இடங்களிலெல்லாம் சீண்டினர். ஆனால் இவை எதையும் கண்டுகொள்ளவில்லை கலாமின் குழு வரைபட வேலையை ஒரு சில மாதங்களில் முடித்துவிட்டு படிப்படியாக முன்னேறினார்கள்.

ராஜாமணி ☙ 39

இந்த ஹோவர் கிராப்ட் விமானம் உருவாகிய நேரம், கலாம் அவர்களுக்கும் அவரது குழுவினருக்கும் சோதனைகாலம்தான் எங்கு கால் வைத்தாலும் பிரச்சினைகள் தான் ஆலோசனை கூறக்கூட ஆள் இல்லை

ஆனால் சுற்றியிருந்த கூட்டமோ, இவர்களை ஏளனமாகவே பார்த்தனர், பரிகசித்தனர். பகற்கனவு எனக் காணும் இடங்களி லெல்லாம் சீண்டினர். ஆனால்; இவை எதையும் கண்டுகொள்ளவில்லை கலாமின் குழு. வரைபட வேலையை ஒருசில மாதங்களில் முடித்துவிட்டு படிப்படியாக முன்னேறினார்கள்.

இப்படி இறக்கையில்லாத விமானம் வடிமைக்கும் தொழில்நுட்பம் தெரிந்திராத காலம் அது, அக்குழுவிற்கும் அதைப்பற்றி எந்தவொரு தகவலும் இதற்கு முன்னர் தெரிந்திருந்ததில்லை. யாரிடம் கேட்பது? இருப்பினும் விமானம் உருவாக்கவேண்டும் என்ற ஒரு முனைப்பினைக்கொண்டே சாதித்துக் காட்டினார். ஹோவர் கிராஃப்ட் தயாரானது.

ஒரு வருட கடின உழைப்பில், பறக்கத் தயாரான இந்த விமானத்திற்கு 'நந்தி' என்று பெயரிட்டனர். ஒரு வருட இடைவெளியில் GEM எனும், இந்த தரையிலிருந்து கட்டுப்படுத்தி $40mm$ காற்றழுத்தம் உள்ள சூழ்நிலையில் பறக்கும் 550 கிலோ எடைகொண்ட இந்தியாவின் முதல் ஹோவர் கிராஃப்ட்விமானத்தைப் பார்வையிட முக்கியநபர் வருவதாக கலாமிற்குத் தகவல் கிடைத்தது.

இப்பொழுது அந்த 'நந்தி' விமானத்தைப் பார்வையிட வந்திருப்பவர், பாதுகாப்புத்துறை அமைச்சர் கிருஷ்ண மேனன். அவர் பார்வையிட்டார். அற்ப கட்டமைப்பு வசதிகளைக் கொண்டு வடிமைக்கப்பட்ட இந்த விமானம் மிகச் சிறப்பாகவே வந்திருந்தது. "ஒரு ரவுண்டு போகலாமா?..." எனக் கேட்டார், கிருஷ்ண மேனன்.விமானஓட்டியுடன் ஹோவர்கிராஃப்டில் ஏறி அமர்ந்தார். அந்தக் குட்டி விமானம் மக்கர் பண்ணாமல் சட்டென தரையிலிருந்து கொஞ்சம் உயர்ந்து காற்றில் மிதந்தது. கலாமின் குழுவினர் கைகுலுக்கிக்கொண்டனர். ஆனால் கலாமின் முகத்தில் மகிழ்ச்சியில்லை. பத்து நிமிடங்களில் விமானம் தரையிறங்கியது. கிருஷ்ண மேனன் விமானத்திலிருந்து இறங்கினார்.

மேனன், கலாம் அருகே வந்தார். "குட் ஜாப்" என்று அவரையும் அவரது குழுவினரையும் தட்டிக்கொடுத்தார். கலாமின் முகத்தில் மகிழ்ச்சி. அடிவானில் ஒளிக்கீற்றாக சுடர்விட்டது.

"மிஸ்டர் கலாம், இதைவிட அதிக சக்திவாய்ந்த என்ஜினைத் தயாரிக்கும் வேலையை உடனே தொடங்குங்கள். இரண்டாவது பயணத்திற்கு என்னைக் கூப்பிடுங்கள்" என்று உற்சாகமாகக் கூறிச்சென்றார்.

அன்று அவர்களுக்குக் கிடைத்த உற்சாக ஊற்று ஆற்றலாக மாறி, அதுவேக சக்திகொண்ட ஹோவர் கிராஃப்ட் விமானம் வடிவமைக்கக் களமிறங்கி, குறுகிய காலத்தில் செய்துமுடித்தது.

ஆனால் எல்லாம் உடனுக்குடனே நடக்க காலம் அனுமதித்துவிடுமா? தடைகள் போடுவதுதானே காலத்தின் கடமை. அன்று கிருஷ்ணன் மேனன் பதவியில் இல்லாததாலும், அவருக்கு அடுத்தநிலை பதவியிலிருந்த பலருக்கும் உடன்பாடில்லாத காரணத்தினாலும் 'நந்தி' திட்டம் முடக்கப்பட்டு கிடப்பில் போடப்பட்டது.

கிண்டல் செய்தவர்கள் மீண்டும் அதே எக்காளம் செய்தனர். எள்ளி நகையாடினர். தலைவராக இருந்த காரணத்தால் கலாம் மீதே சொல்லம்புகள் வீசப்பட்டன. வானத்தையே கட்டி ஆள நினைக்கும் நாட்டுபுறத்தான் என்றும் கூறினர்.

நம் சொந்த நாட்டிலேயே வடிவமைத்த 'நந்தி' ஹோவர் கிராஃப்ட் முடக்கப்பட்டது குறித்து ஜீரணிக்கமுடியவில்லை, கலாமினால். குழப்பமான, எதுவும் மனதிற்கு வசப்படாதநிலையில் இருந்தார். ஏமாற்றமே மிஞ்சியது. நாட்கள் கடந்தன. இந்நிலையில்தான், ஒரு முக்கிய நபர் 'நந்தி'யை பார்வையிட வந்திருப்பதாக அவருக்குத் தகவல் தெரிவிக்கப்பட்டது. கலாம், அவசரமாக பணியிடம் வந்தார். அங்கு அவருக்காகக் காத்திருந்தார், ஒருநபர். உயரமான, தாடிவாய்த்த, தெளிவான கண்கள்கொண்ட அந்த நபர் புன்னகையுடன் கலாமுக்குக் கை கொடுத்தார். அதில் உறுதி இருந்தது. கலாமுக்கும் நம்பிக்கை சிக்னல் காட்டியது. இருவரும் 'நந்தி' விமானத்தில் ஒன்றாகப் பறக்க முடிவுசெய்தனர்.

தனது உழைப்பின்மேல் நம்பிக்கைகொண்டு 'நந்தி'யில் தன்னோடு பறக்க விரும்பிய நபருடன், விமானம் நோக்கி நடைபோட்டுச் சென்றார். இருவருடன் விமானத்தில் பத்து நிமிடம் பறந்து வந்து இறங்கினார். தனது சந்தேகங்களைக் கலாம் அவர்களிடம் கேட்டறிந்துகொண்டு கிளம்பிச் சென்றார். வந்திருந்த நபர் பேராசிரியர் எம்.ஜி.கே.மேனன், டாடா அடிப்படை ஆய்வு நிலையத்தின் இயக்குனர்.

ஒருவாரம் கடந்தநிலையில், கலாமிற்கு இந்திய விண்வெளி ஆய்வுக்குழு (*INCOSPAR -INDIAN COMITTEE FOR SPACE RESEARCH*)விடம் இருந்து ஒரு கடிதம் வந்தது. ராக்கெட் என்ஜினீயர் பதவிக்கான நேர்முகத்தேர்வில் பங்கேற்பதற்கான அழைப்பு. அங்கே என்னநடக்கப்போகிறது என்பதுகூட அறியாமல் கலாம் மும்பை சென்றார். அங்கு, அவர் வாழ்வின் மகத்தான ஒரு வழிகாட்டியைச் சந்திக்கப்போகிறோம் என்று அவருக்குத் தெரியவில்லை.

நேர்காணலுக்குமுன் மிகவும் பதட்டமாகக் காணப்பட்டார், கலாம். என்ன எதிர்பார்க்கிறார்கள்? நாம் என்ன செய்யவேண்டும்? என்கிற பதட்டம்தான்அந்த நேரத்தில் அவரிடம் அதிகமிருந்தது. வெற்றிபெறுவதற்கான சிறந்த வழி, முடிவில் வெற்றிபெறவேண்டும் என்கிற அவசியம் இல்லை. அந்தச் செயலில் கவனம் மட்டும் வைத்தால் போதுமானது என்று தனக்குத்தானே சொல்லிக்கொண்டு, செயல்களில் மட்டுமே கவனம் செலுத்த முடிவுசெய்து அதே அணுகுமுறையுடன் நேர்காணலுக்குச் சென்றார்.

நேர்காணலில் எம்.ஜி.கே.மேனன், அணுசக்தி துறை கமிஷனின் துணைச் செயலாளர் ஷரப் மற்றும் இன்னொருவர் டாக்டர்

சாராபாய் என மூவர் அடங்கிய குழுவை கலாம் எதிர்கொண்டார். கலாமைத் தெரிந்துகொள்ளவேண்டுமானால் அதற்குமுன்னர் விக்ரம் சாராபாயை தெரிந்துகொள்வது அவசியம். அவர், கலாமின் ஆதர்ச நாயகன்.

டாக்டர் விக்ரம் சாராபாய், இங்கிலாந்தின் கேம்பிரிட்ஜ் பல்கலைக்கழகத்தில் டாக்டர் பட்டம் பெற்று, இந்தியாவில் சர்.சி.வி.ராமனுடன், ஹோமி ஜஹாங்கீர் பாபா துணையுடன் காஸ்மிக் கதிர்குறித்து ஆய்வைத் தொடங்கியவர். மேலும் PRL (PHYSICAL RESEARCH LABORATORIES)எனும் ஆராய்ச்சி நிறுவனத்தைத் தொடங்கியவர். 1962இல் INCOSPARஇன் தலைவராகவும் இருந்தவர். இந்திய விண்வெளித்துறையில் தன்னிறைவைப் பெற முனைப்புடன் இருந்தவர், விக்ரம் சாராபாய்.

நேர்காணலின்போது, கலாமிடம் மற்ற இருவர் கேள்விகள் கேட்பினும் சாராபாய், கலாமிடம் வெளிப்பட்ட நேர்மறை சாத்தியக்கூறுகளைமட்டுமே கவனித்துக்கொண்டிருந்தார். கலாமிற்கு சாராபாயின் தோழமையான அணுகுமுறையும் மேலும் உற்சாகப்படுத்தியது.மறுநாளே ராக்கெட் என் ஜினீருக்கான பொறுப்பைக் கொடுத்தனர். TIFRஇன் கணினி மையத்தில் பயிற்சிபெறும்பொருட்டு மும்பையில் பணி தொடங்கப்பட்டது.

இதற்கிடையே, சாராபாய் தலைமையில் ராக்கெட் ஏவுதளம் அமைக்க கேரளாவில்தும்பா என்ற இடம் தேர்வுசெய்யப்பட்டு பணிகள் தொடங்கின. ஆறுமாதப் பயிற்சிக்காக நாசா செல்ல கலாமிற்கு ஆணை அனுப்பினார். நாசா பயிற்சிக்கு செல்லும்முன்னர் தன் சொந்த ஊர் சென்று தாய், தந்தை மற்றும் தன் வழிகாட்டிகளிடம் ஆசியும் வாழ்த்துகளும் பெற்று அமெரிக்கா சென்றார்.

ஆறுமாதப் பயிற்சிக்குப் பின் திரும்பியவுடன் அமெரிக்காவில் தயார்செய்யப்பட்ட நைக் அபாக் சவுண்டிங் ராக்கெட் 1963, நவம்பர் 21இல்இந்தியாவில் விண்ணில் ஏவப்பட்டது. இந்த ராக்கெட் திட்டத்தில் ஒருங்கிணைப்பு & பாதுகாப்புத் திட்டங்களுக்கு தலைமையேற்று நடத்தியவர், கலாம்.

9. உயிர் தப்பிய கலாம்

'கண்ணுக்குத் தெரியாத ஏதோ ஒரு எதிர்காலத்துக்காக மட்டும் வாழ்வது சாரமற்ற முழுமையடையாத ஒரு வாழ்க்கையே'

-ஏ.பி.ஜே.அப்துல் கலாம்

இந்தியாவின் முதல் ஆராய்ச்சித் திட்டம், ரோகிணி எனும் சவுண்டிங் ராக்கெட்டில் தொடங்கியது. சவுண்டிங் ராக்கெட் என்பது, பூமியின் அருகே உள்ள சுற்றுவட்டப்பாதையில் உள்ள சூழ்நிலையை ஆராய்ந்து தகவல்களை அனுப்பவல்லது.

ராக்கெட் (ஏவுகலம்) என்பது செயற்கைக்கோளை சுற்றுவட்டப் பாதையில் செலுத்தும் பணியினைச் செய்கிறது. விண்வெளியில் தான் இதற்கான கட்டளைகள் பிறப்பிக்கப்படுகின்றன. ஏவுகணை என்பது திட்டமிட்ட இலக்கை தாக்கி அழிக்கக்கூடியது.

முதலாவது ஏவப்பட்ட ரோகிணி, 7 கிலோ எடைகொண்ட பொருளை பூமியிலிருந்து 10 கிலோமீட்டர் தொலைவிற்கும், இரண்டாவது ஏவப்பட்ட ரோகிணி 100 கிலோ எடைகொண்ட பொருளை, 350 கி.மீ.க்கு மேல் செலுத்தி சாதனை புரிந்தனர்.

இப்படியாக, சவுண்டிங் ராக்கெட்டை விண்ணில் ஏவி இந்தியாவை தலைநிமிரச்செய்தபெருமை கலாம் அவர்களுக்கும், அந்த வாய்ப்பை நல்கிய சாராபாய் அவர்களையும் சாரும். கலாமின்மேல் சாராபாய் அவர்களுக்கு எப்பொழுதும் மட்டற்ற அன்பும்நம்பிக்கையும் இருந்தது. எந்த வேலையைக் கொடுத்தாலும் முழு அர்ப்பணிப்புடன் அதில் சாத்தியக்கூறுகளை ஆராய்வதுடன், அதன் நிறைகுறைகளை அலசி ஆராய்ந்து பணியினைத் தொய்வின்றி நடத்துவதில் கலாமின் பக்குவம் மற்றும் தலைமைப்பண்பு சாராபாயை மேலும் நம்பிக்கைகொள்ளச் செய்தது.

அன்று தும்பாவில் ஈரக்காற்றுடன் கூடிய வெயில் வெளுத்து வாங்கிக் கொண்டிருந்த நேரம். கலாமின் குழுவினர் ராக்கெட் ஏவுவதற்கு ஆயத்தப்பணிகளில் மும்முரமாக இருந்தனர். எளிதில் தீப்பற்றக்கூடிய சோடியம் மற்றும் தெர்மைட் கலந்த எரிபொருள் கலவையை

அதிலும் ஈரப்பதத்துடன் சேர்ந்தால் எளிதில் பற்றிக்கொள்ளும் தன்மைகொண்ட அத்தகைய கலவையைத் தயார் செய்து அதனை ராக்கெட்டுடன் பொருத்தி ரிமோட் உதவியுடன் இயக்கவேண்டும். இக்கலவையை பேலோடு(payload) அறைக்குச் சென்று கலவையின் தன்மையை ஆராய கலாமின் குழுவில் இருந்த சுதாகர் எனும் விஞ்ஞானியுடன் கலாம் சென்றார். அப்பொழுது தும்பாவில் அடித்த வெயிலில் கொஞ்சம் அதிகமாகத்தான் வேர்த்துப்போயிருந்தார், சுதாகர்.

கலாமும் சுதாகரும் கலவை இருந்த அறையினுள் சென்று, சற்றே குனிந்து எரிபொருள் கலவையைச் சோதித்து நிமிர்வதற்கும், ஒரே ஒரு வியர்வைத்துளி அதன்மேல் விழுவதற்கும் சரியாக இருந்தது. பயங்கர சத்தத்துடன் வெடித்து சிதறியது. தும்பா அதிர்ந்தது. அறை முழுதும் தீ, கலாம் தப்பிக்க இயலாதவண்ணம் அறை முழுக்கத் தீ. சுதாகர் சட்டென தன் கைகளால் ஜன்னல் கண்ணாடிகளை உடைத்து கலாமை வெளியே தள்ளினார். பின்னரே அவர் வெளியே குதித்தார்.

இருவருக்கும் உடல் முழுதும் காயம். என்றாலும் அதிக பாதிப்பு சுதகாருக்கு. உடனடியாக சுதாகர் மருத்துவமனையில் அனுமதிக்கப்பட்டார். என்ன செய்வதென்று தெரியவில்லை கலாமிற்கு. இரவு முழுக்க சுதாகரின் அருகே இருந்தார். அவர் வலியால் துடிப்பதை கலாமால் பொறுக்கமுடியவில்லை. கலங்கா நெஞ்சம் கொண்டவர் கலங்கினார். பின் ஒரு வழியாக சுதாகர் குணமாகி வீடு திரும்பினார்.

இவ்வாறாக, எதற்கும் துணிந்த குழு உறுப்பினர்களை வைத்துக்கொண்டுதான் இந்திய விண்வெளி ஆராய்ச்சியின் தன்னிறைவை எட்டப்போகும் ராக்கெட்டுகளை உருவாக்கும் முயற்சியில் கலாம் பயணித்தார். படிப்படியாக தும்பாவில், இந்தியாவின் ராக்கெட்டுகள் பிறந்தன. அதற்கு 'ரோகிணி', 'மேனகா' எனப் பெயர் சூட்டினர்.

1967, நவம்பர் மாதம் முதலாவது ரோகிணி 75 ராக்கெட், தும்பா ஏவுதளத்திலிருந்து விண்ணில் பாய்ந்தது.ரோகிணியின் வருகைக்குப் பின்னரே நமது செயற்கைக் கோள்களை விண்ணில் நிலைநிறுத்த பிற நாட்டு ராக்கெட்டுகளை நாடவேண்டியநிலை மாறியது. விக்ரம் சாராபாயின் ஆளுமையும், எப்படி குழுவினரை ஒருங்கிணைப்பது உள்ளிட்ட பண்புகளை கலாம் நேரடியாகக் கற்றுக்கொண்டார்.

10. ராக்கெட்டில் தற்சார்பு

'நம்பிக்கை நிறைந்த ஒருவர் யார் முன்னேயும் எப்போதுமே மண்டியிடுவதில்லை. நம்பிக்கை நிறைந்தவர் பிரச்சினைகளை நேரடியாக எதிர்கொள்கிறார்'

-ஏ.பி.ஜே.அப்துல் கலாம்

'ஒரு நேர்த்தியான திட்டத்தை அடுத்தவாரம் செயல் படுத்துவதைவிட, ஒரு நல்ல திட்டத்தை அதிரடியாக இப்போதே செயல்படுத்துவது எவ்வளவோமேல்'

-GENERAL GEORGE BATTEN

RATO (ROCKET ASSISTED TAKE OFF SYSTEM)

ரோகிணி வெற்றிக்குப் பிறகு ஒருநாள், விக்ரம் சாராபாயிடம் இருந்து ஒரு அழைப்பு. டெல்லியில் ஹோட்டல் அசோகாவில் சந்திக்கும்படி தெரிவிக்கப்பட்டது. கலாமும் அந்த டெல்லிக் குளிரில் ஓட்டல் அசோகாவில் காத்திருந்தார். அவருக்கெதிரே ஆஜானுபாகுவாய், உயரமான ஒரு மனிதர் அமர்ந்திருந்தார். கிட்டத்தட்ட இரண்டு மணிநேர காத்திருப்பிற்குப் பின் கலாமும் அவரும் சாராபாயை சந்திக்கச் சென்றனர். இருவரையும் ஒருவொருக்கொருவர் அறிமுகப்படுத்தினார் விக்ரம் சாராபாய். கலாமிற்கு எதிரே அமர்ந்திருந்தவர், இந்திய விமானப்படை தலைமை அலுவலகத்தின் குரூப் கேப்டன் திரு. V.S.நாராயணன்.

RATO குறித்தும் அதன் முக்கியத்துவம் குறித்தும் விவாதித்தனர். குறிப்பாக, 1962-ல் சீனாவுடனும், 1965-ல் பாகிஸ்தானுடனும் நடைபெற்றப் போரில் இந்தியா சில கசப்பான பாடங்கள் எதிர்கொண்டது. அதன்பின்னரே ஆயுதத் தயாரிப்பிலும் ராணுவத் தளவாட உற்பத்தியிலும் இந்தியா தன்னிறைவை அடைய வேண்டியதன் அவசியத்தை உணர்ந்ததைப் பற்றி விக்ரம் சாராபாய் கூறினார். பின்னர் உடனடியாக அருகில் இருக்கும் தில்பத் விமானதளத்திற்குப் மூவரும் புறப்பட்டனர். அங்கே ரஷ்யாவில் தயாரிக்கப்பட்ட ராட்டோவைக் காண்பித்து, இதற்கான

மோட்டார்களையும் இறக்குமதி செய்து வரவழைத்தால் 18 மாதங்களில் இதற்கான பணிகளை முழுமையாக முடிக்கமுடியுமா? என இருவரிடமும் கேட்டார். இருவரும் ஆர்வமுடன் 'முடியும்' என பதிலளிக்க, அன்று மாலையே நாளேடுகளில் 'குறுகிய தூரத்தில் உடனே மேலெழும்பும் அதி நவீன ராணுவ விமானம் இந்தியாவில் தயாராகப்போவதும் அதற்கு கலாம் அவர்களே தலைமை தாங்குவதாகவும்' செய்தி வெளியானது.

RATO திட்டத்திற்குத் தேவையான தொழில்நுட்ப வசதிகள், சாதனங்கள், கணினிகள் எனப் பட்டியல் தயார் செய்யப்பட்டது. ஆனால் பெரும்பாலானவை வெளிநாட்டில் இருந்து இறக்குமதி செய்துகொள்ளும்படி இருந்தது.

கலாமிற்கு இறக்குமதி செய்ய மனமில்லை. அது, மேலும் செலவினைக் கூட்டிவிடும். இதற்கான மாற்று ஆலோசனையை அரசுக்கு சொல்ல அலுவலகத்தில் பணிபுரியும் இளைஞரான ஜெயச்சந்திர பாபுவின் உதவியுடன் ஒரு ஏழு பக்க அறிக்கையைத் தயாரித்தார். மறுநாளே சாராபாயிடம் சமர்ப்பித்தார். அதைப் படித்த சாராபாயும் மறுப்பேதும் கூறாமல் உடனடியாக சம்மதம் தெரிவித்தார்.

வெறும் 20 என்ஜினீயர்களின் துணைகொண்டு 12 மாத இடைவெளியில் 64 முறை சோதனைசெய்து, உத்திரப்பிரதேசம் பரேலி விமானப்பதை தளத்தில் 1972இல் அக்டோபர் 8ஆம் தேதி RATO இயக்கமுறை சோதனை வெற்றிபெற்றது.

இத்திட்டத்திற்கான மொத்தச் செலவு ரூ.25லட்சத்திற்கும் குறைவுதான். 33,000 ருபாய்கொடுத்து இயக்குமதி செய்துகொண்டிருந்த RATOமோட்டார்கள் வெறும்17,000 ரூபாய்க்கும் குறைவான செலவில் அன்று முதல் நாமே தயாரித்துக் கொண்டிருக்கிறோம். இதுதான் விஞ்ஞானி கலாமின் தனிச்சிறப்பு

11. விண்ணில் ஏகிய விக்ரம் சாராபாய்

‘வாழ்க்கையில் இரண்டுவகையான சக்திகள் உள்ளன. ஒரு வகை, உங்களுக்காக உழைக்கக்கூடியது. மற்றொரு வகை, உங்களுக்கு எதிராகச் செயல்படக்கூடியது. இரண்டையும் மிகச்சரியாக இனம் கண்டு செயல்படுவது அவசியம்’.

-ஏ.பி.ஜே.அப்துல் கலாம்

RATOமோட்டார் இயக்கமுறை சோதனை வெற்றியைத் தொடர்ந்து, நாமே சொந்தமாக செயற்கைக்கோள்களை விண்ணில் செலுத்தி முன்னேறத் தேவையான தொழில்நுட்ப வசதிகளை செய்யத் தீர்மானித்து 1969இல் அதற்கான இடத்தை சென்னையிலிருந்து 1000 கி.மீ. தொலைவில் உள்ள ஸ்ரீஹரிகோட்டா தீவை தேர்வு செய்தார். (SHAR- SRIHARIKOTTA HIGH ALTITUTE RANGE)

இச்சமயத்தில்தான் 1969, ஆகஸ்ட், 15இல் INCOSPAR, ISROவாக மாற்றம் பெற்றது. மேலும் SLV திட்டக்குழு ஒன்றிணைக்கும்பொருட்டு ஒரு குழு அமைத்து, ஒவ்வொரு கட்டத்திற்கும் விஞ்ஞானிகள் குழு இருந்தன. அதன்படி, SLV நான்காவது கட்டத்தை வடிவமைக்கும் பொறுப்பையும் திட்டக்குழுவின் தலைமைப் பொறுப்பையும் கலாமிற்கு வழங்கினார், விக்ரம் சாராபாய்.

பல்வேறுகட்ட முயற்சிக்குப் பின்னர், எல்லா வடிவமைக்கும் பணிகளும் தயார் ஆனபின், இப்போது பிரெஞ்சு ஏவுதளத்தில் டைமண்ட் ராக்கெட் தயாராகிக்கொண்டிருந்த சமயம். SLVஇன் நான்காம் கட்டவடிவமைப்பை ஃப்ரெஞ்சு நாட்டின் டைமண்ட் ராக்கெட்டுடன் இணைத்து விண்ணில் ஏவி சோதனைசெய்ய முடிவு செய்திருந்தனர் .ஆனால் போதாத காலம், பிரெஞ்சு அரசாங்கம் இத்திட்டத்தை கைவிடுவதாக அறிவித்தது. அத்தனைபேரின் உழைப்பும் வீணாகிப்போனது. இது கலாமை மேலும் அயர்ச்சியடையச் செய்தது, இந்த முடிவு.

ஆனால் பிறநாடுகளில் மூன்று ஆண்டுகளில் முடிக்க எடுத்துக்கொள்ளும் இப்பணியை இரண்டே ஆண்டுகளில்

முடித்தும், முழுமையாக வெற்றிபெற முடியவில்லை என்பது கலாமை வருத்தம்கொள்ளச் செய்தது.

கலாமின் மனதிலோ, அவரின் தோல்வியின் வடுக்கள் வரிசை கட்டிக்கொண்டு வந்தவண்ணமாக இருந்தன. முதலில் விமானப்படை நேர்காணல் தோல்வி, பின்னர் தன் முதல் பணியான 'நந்தி' திட்டம் கிடப்பில் போடப்பட்டது இப்போது SLVஇன் நான்காவது கட்ட வடிவமைப்பினை டைமண்ட் ராக்கெட்டில் பொருத்தும் திட்டம் கைவிடப்பட்டது இந்தத் தொடர் தோல்விகள் கலாமின் இத்யத்தில் அழுத்தம் உண்டாக்கியது.

இதற்கிடையில், 1971 திருவனந்தபுரம் வந்திருந்த விக்ரம் சாராபாய், டிசம்பர் 30 அன்று, கலாமை விமான நிலையத்தில் தன்னைச் சந்திக்கும்படி கூறியிருந்தார். டில்லியில் நடைபெற்ற ஏவுகணை கூட்டத்தில் கலந்துகொண்டு திரும்பிய கலாமிற்கு பேரிடியாக வந்த செய்தி நெஞ்சைப் பிளந்தது. அது, சாராபாயின் மரணச் செய்தி. மாரடைப்பு காரணமாக சாராபாய் நம்மை விட்டுப் பிரிந்தார் என்ற செய்தி. இந்திய விண்வெளி அறிவியலின் விடிவெள்ளி மறைந்தார்.

சுமார் ஐந்து வருடங்கள் அவருடன் நெருங்கிப் பழகிய நாட்கள் கண்முன் வந்துவந்து அவரை கலக்கமுறச்செய்தன. ஒரு பக்கம் அவர் இழந்த வேத்னை இன்னொருபக்கம் நாட்டுக்கு அவரால் ஏற்பட்டிருக்கும் பேரிழப்பு என இரண்டு விதமாக அவர் அனம் அல்லலுற்றது. இந்த நெருக்கடியான மனநிலையிலும் இறுதிச் சடங்கு செய்ய சாராபாயின் உடலை அகமதாபாத் அனுப்பவேண்டிய ஏற்பாடுகளை முன் நின்று கவனித்தார் .

எஸ்.எல்.வி. இணைப்புத் தோல்வி, நந்தி புறக்கணிப்பு, இப்பொழுது சாராபாயின் மரணம் என துயர் வாட்டியெடுத்தது, கலாமை. அவரின் மறைவிற்குப்பின்னர் தும்பாவின் அனைத்துத் தொழில் வளாகங்களும் பிரிவுகளும் ஒன்றிணைத்து, ஒருங்கிணைக்கப்பட்ட விண்வெளி மையமாக மாற்றி 'விக்ரம் சாராபாய் விண்வெளி மையம்' எனப் பெயர் சூட்டியது மத்திய அரசு. உடன் SLV திட்ட மேலாளராக கலாம் நியமிக்கப்பட்டார். இஸ்ரோவின் தலைமைப் பொறுப்பு சதிஷ் தவான் அவர்களுக்குக் கொடுக்கப்பட்டது. விக்ரம் சாராபாயின் மறைவிலிருந்து மெல்ல மீண்டு SLVஇன் ஆக்கபூர்வமான பணியில் தன்னை முழுவதுமாக இணைத்துக் கொண்டார், கலாம்.

SLV திட்டத்திற்கு 275 பொறியாளர்கள் தேவைப்பட்டனர். ஆனால் 50 பேர் மட்டுமே கிடைத்தனர். 250 துணை அசெம்பிள் பிரிவுகள், 44 பெரிய துணை சாதனங்கள், 10 லட்சம் உதிரிப்பாகங்கள் என எல்லாவற்றையும் சொந்தமாக பல்வேறு இடையூறுகளுக்கு மத்தியில் ஏழு அல்லது பத்து ஆண்டுகால இடைவெளியில் முடிக்கவேண்டும் என காலநிர்ணயம் செய்தனர்.

1973, மார்ச் மாதத்திற்குள் தோராயமாக 64 மாதங்களுக்குள் SLV திட்டம் தொடர்பான அனைத்து வேலைகளும் முடிக்கவேண்டும் என்ற கால வரையறை இறுதியாக, இலக்கு நிர்ணயித்து பணிகள் முடுக்கிவிடப்பட்டன.

1974 ஜூலை 24இல், பிரதமர் இந்திரா காந்தி, இந்தியாவின் முதல் ராக்கெட் 1978இல் விண்ணில் பாயும் என்று நாடாளுமன்றத்தில் அறிவித்தார்.

௰. கலாமுக்கு செக் வைத்த காலன்

'யாராவது பிரதிபலன் எதிர்பார்த்து பரிசுகள் தந்தால், அவற்றை ஏற்றுக்கொள்ளாதீர்கள். பரிசுப் பொருட்களை ஏற்றுக்கொள்வதன் மூலம் நமது ஆளுமைத்திறனை இழந்துவிடுகிறோம்'.

-ஏ.பி.ஜே.அப்துல் கலாம்

மிகமிகச் சவாலான இந்தப்பணியினை திறம்பட ஒருங்கிணைத்து, அயராது உழைத்துக்கொண்டிருந்தார் கலாம். முதற்கட்ட சோதனை முயற்சிக்கான பணியில் முழு ஈடுபாட்டுடன் இருந்தபொழுது ஆருயிர் மைத்துனர், வழிகாட்டி திரு.அஹமது ஜலாலுதீன் மரணம் அவரை திக்குமுக்காடச் செய்தது. தன்னில் ஒருபாதி இழந்தாக உணர்ந்தார். சில நொடிகள் பேச்சிழந்து, நினைவிழந்து, தன்னைச்சுற்றி என்ன நடக்கிறது என்பதை உணராமல், சம்மந்தமே இல்லாமல் பேசத் தொடங்கினார். பின்னர் சுதாரித்து, கலங்கிய கண்களுடன் விரைந்தார், ராமேசுவரத்திற்கு.

அவசர அவசரமாக பேருந்தினைப் பிடித்து பயணம் மேற்கொண்டார். சிலநேரங்களில் பயணம் நம்மை கொஞ்சம் கொஞ்சமாக பழைய நினைவுகளில் விழுங்கிவிடும். கலாம், ஜலாலுதீனுடன் கடற்கரையில் மணற்பரப்பில் விவாதித்த, நட்சத்திரங்களை ரசித்த, போதனைகளைப் பெற்ற தருணங்கள் வந்து போயின. நிஜத்தில் இல்லாமல் இனி நினைவுகளில் மட்டுமே வாழப்போகும் ஜலாலுதீனையும் தன் குடும்பத்தாரையும் நினைத்து கண்ணீருடன் ராமேஸ்வரம் அடைகிறார்,

வீட்டின் வாசலை அடைந்தும், மரணத்தின் கொடூரம் அவரை மொத்தமாக ஆட்கொண்டது. தன் தந்தையையும், தாயையும், கணவரை இழந்து நிற்கும் தன் அக்காவையும் நினைத்து மிகுந்த வருத்தம் கொள்கிறார். இறுதிச் சடங்கினை முடித்துவிட்டு பின் தும்பா திரும்புகிறார். இச் சமயத்தில் தான் குடும்பத்தினருடன் இல்லாமல் பணிக்குச் செல்வது மேலும் அவரை குற்றவுணர்ச்சியில் ஆழ்த்துகிறது.

தும்பாவில் எந்தவொரு பணியிலும் நிறைவில்லாமல் இருக்கிறார். ஜலாலுதீனின் மறைவை கலாமால் ஏற்றுகொள்ளமுடியவில்லை. அகப் போராட்டம் அதிகமாகிறது. பணியில் கவனம் குவிக்க முடியவில்லை. பல நாட்கள் நகர்கின்றன. இறுதியாக, சதிஷ் தவான் ஆறுதல்கூறித் தேற்றுகிறார்.

கொஞ்சம் கொஞ்சமாக பணியில் ஈடுபட்டு மீண்டும் முழு முனைப்புடன் எஸ்.எல்.வி. மெருகேறி வந்துகொண்டிருந்த தருணத்தில், *1976* -ல் தந்தை ஜைனுல்லாபுதீன் மறைவுச் செய்தி அவரை இடி போல தாக்கியது, தந்தையின் மூப்பு ஒரு வகையில் இந்த இழப்பிலிருந்து மீட்டு அவரை சமதானப்படுத்தியது. ஆனால் இதிலிருந்து அவர மீண்டு மெல்ல நிமிர்வதற்கு முன் அவர் தலையில் அடுத்த சில மாதங்களில் மேலும் ஒரு அடி இடி போல தாக்கியது, அது அவரது தாயாரின் மறைவு. இப்படி அடுத்தடுத்த மரணங்கள் அவரை நிலைகுலையச் செய்ய அவரால் எதுவும் செய்ய முடியவில்லை. துவண்டு விட்டார். சுற்றிலும் இருள் சூழ்ந்த நிலை. தந்தையின் மறைவிற்குப்பின் தாயாரை உடனிருந்து பார்த்துக்கொள்ள இயலவில்லை எனும் தவிப்பு அவரை அயர்ச்சிக்குள்ளாக்கியது. தனக்கு இந்தப் பூமியில் உருவம்கொடுத்த இரண்டு ஆன்மாக்கள் தன்னைவிட்டு சொர்கத்தினை அடைந்தன என்பதை ஏற்றுக்கொள்ளத்தான்

வேண்டும் என்பதை உண்ர்ந்தார். தாயாருக்கு இறுதி அஞ்சலி செலுத்திவிட்டு வந்து பள்ளிவாசலில் தொழுகை முடித்தார். உடைந்த மனதோடும், பிரக்ஞையற்ற உடலோடும் மறுநாளே, தும்பா வந்தடைந்தார்

இப்படியான தொடர்ந்து நான்கு மரணங்கள் அவரை அடுத்தடுத்து நிலைகுலைய வைத்தன. அவர்களின் ஆசிகள் தன்னிடம் எப்போதும் இருப்பதாகவே நம்பினார், கலாம். மனம் தளர்ந்துவிடாமல் ஒட்டுமொத்த பொறுப்புணர்வுடன் முழு ஈடுபாட்டுடன் மீண்டும் SLV பணியைத் தொடர்ந்தார்.

13. கொடூர விபத்தும் அசுர வெற்றியும்

'கனவு காணுங்கள், திட்டமிடுங்கள், செயல்படுங்கள்'.

-ஏ.பி.ஜே.அப்துல் கலாம்

1979இல், ஆறுபேர் கொண்ட குழுவானது, SLVஇன் 2ஆம் கட்ட கட்டுப்பாட்டு அமைப்பைச் சோதனைசெய்யும் முயற்சியில் ஈடுபட்டனர். சரியாக, சோதனை தொடங்கிய 15 நிமிடங்களுக்குள் 12 வால்வுகளில் ஒன்று செயல்படாமல் போக, செந்நிறப் புகையுடன் நைட்ரிக் ஆசிட் இருந்த டேங்க் வெடித்துச் சிதறி 6 பேர் பலத்த காயங்களுடன் திருவனந்தபுரம் அரசு மருத்துவமனைக்குஅழைத்துச் சென்றனர். அங்கு ஆறு படுக்கைகள் காலியாக இல்லை கெஞ்சிக் கூத்தாடிய பின்னரே சிகிச்சைக்கு அனுமதிக்கப்பட்டனர். காலை வரை அவர்களின் அருகிலேயே இருந்தார், கலாம். பல இடங்களில் ஆசிட் பட்ட காயங்கள் இருப்பினும் அவர்களில் பலர் பணியில் தொய்வு ஏற்படுவதை குறித்து வருத்தம் கொண்டனர். அதில் விஞ்ஞானி சிவராமகிருஷ்ணன் மிகக்கடுமையான தீக்காயங்களால் அவதியுற்றார். கண்விழித்த உடன் மன்னிப்புக் கோரினர். குழுவினரின் பொறுப்புணர்வைக் கண்டு உள்ளம் மகிழ்ந்தார்.

தன்னிடம் உள்ள குழுவால் எதையும் சாதிக்கமுடியும் என்பதை மனதார நம்பினார். பெருமைகொண்டார். SLV எனும் பொருள் பொதிந்த குறிக்கோளுக்காக அவர்கள் அயராது பாடுபட்டனர். அதுவே அவர்களை கண்ணும்கருத்துமாக கடமையைச் செய்யத் தூண்டியது. SLV அடுத்தகட்டத்தை நோக்கி நகரத்தொடங்கியது.

SLV விண்ணில் செலுத்த 1979, ஆகஸ்ட் 10 என தேதி முடிவுசெய்து 17 டன் எடைகொண்ட ராக்கெட் 7.58க்கு விண்ணில் பாய்ந்தது. அடுத்த 5 நிமிடம் 17 நொடிகளில் SLV ராக்கெட் கடலில் விழுந்தது. சுக்குநூறாக நொறுங்கிப்போனார்.

மிகப்பெரிய ஏமாற்றமும் கோபமும் விரக்தியும் கலந்த ஒரு விநோத உணர்வு அவருள்.ஒரு தோல்வியானது நம்மை திரும்பத் திரும்ப முந்தைய தோல்விகளையும் சேர்த்தே நம்மைத் தாக்குகிறது. அத்தனையும் கண்முன்னே... எத்தனை முறைதான் தோல்வியில் துவள்வது?

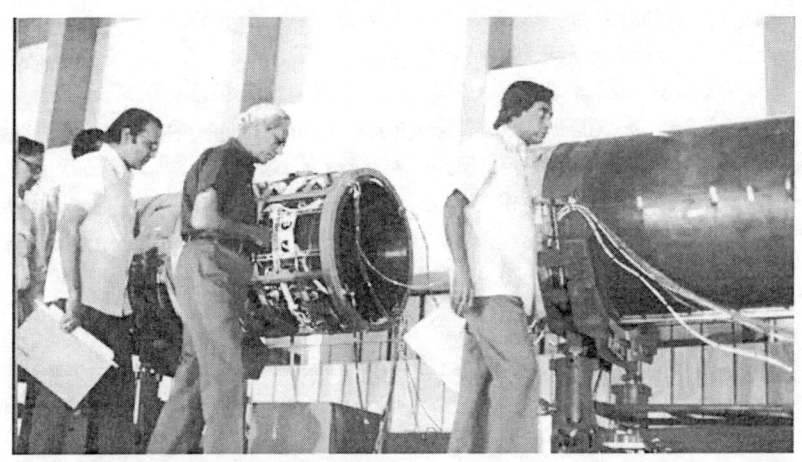

போதாதகுறைக்கு, பத்திரிக்கை விமர்சனங்கள் வேறு... பிற நாட்டினரின் ஏளனங்கள் இன்னொரு பக்கம்... இந்தத் தோல்விகளுக்குப் பொறுப்பேற்று பதவி விலகுவதாக முடிவெடுத்தார், கலாம். ஆனால் சதிஷ் தவான் அதனை ஏற்கவில்லை மாறாக, பத்திரிக்கையாளர்கள் சந்திப்பில், தானே தோல்விக்கு முழுப்பொறுப்பு என்று பதிலளித்தார். திகைப்பில் ஆழ்ந்தார் கலாம், சதிஷ் தவானோ, மீண்டும் பணியைத் தொடரும்படி ஊக்குவித்துவிட்டுச் சென்றார்.

குழுவைக் கூட்டி தோல்விக்கான காரணத்தைக் கண்டறிந்தனர். மீண்டும் நம்பிக்கையுடன் பணிகள் தொடங்கின. ஜூலை 17, 1980 SLV விண்ணில் பாய்வதற்கு தேதி குறிக்கப்பட்டது. திட்டமிட்டபடி, ஸ்ரீஹரிகோட்டா தளத்தில் இருந்து ஜூலை 18, 8.03க்கு விண்ணில் பாய்ந்தது SLV. கீழே ஏவு தளத்தில் விஞ்ஞானிகள் குழு பதட்டத்துடன் சிக்னல்களை பார்த்துக் கொண்டிருந்தது. முதல் கட்டம், இரண்டாவது கட்டம் எனத் தொடர்ந்தது... ஒவ்வொரு கட்டமும் நகர நகர அனைவரும் தங்கள் உழைப்பை காப்பாற்றுமாறு இறைவனை மனதுக்குள் வேண்டத்துவங்கினர். அறிவியல் விஞ்ஞானம் அனைத்தும் அந்த நொடியில் ஒன்றுமில்லை மனித மனதின் ரகசியம் இதுதான். முக்கியமான நான்காவது கட்டம் சரியாய்ப் பிரிந்து 'ரோகிணி' தன் சுற்றுவட்டப் பாதையில் நகரத்துவங்கியது. கைதட்டல் ஓசை விண்ணை எட்டியது, விஞ்ஞானிகள் கைகுலுக்கிக் கொண்டனர். சதீஷ் தவான் அனைவருக்கும் வாழ்த்து சொன்னார் எங்கும் மகிழ்ச்சி வெள்ளம், கைத்தட்டல்கள், ஆரவாரம். வெற்றி நாயகனைத்

தூக்கி சுற்றிவரத் துவங்கினர். நாடாளுமன்றத்தில் மேஜையை தட்டி வாழ்த்துகள் தெரிவித்தனர். தொலைக்காட்சிகளிலும் வானொலிகளிலும் செய்தி பரவியது. மகிழ்ச்சி வெள்ளம் ஆர்ப்பரித்தது. செயற்கைக்கோள்கள் ஏவும் திறன்கொண்ட உலக நாடுகளின் வரிசையில் இந்தியா, தனது பயணத்தைத் துவங்கிய நாள் அது. வெற்றி... வெற்றி... எங்கும் வெற்றிச் செய்திகள். ரோகிணி தன் சுழல் வட்டப்பாதையில் கம்பீரமாய் பயணித்தது அன்று வெற்றி பெற்றது SLV மட்டுமல்ல, இந்தியாவின் பெருமையும்தான்.

இவை அத்தனையையும் உள்வாங்கிய கலாம், தன் தந்தை, தாய், மைத்துனர் மற்றும் தன் நாயகன் விக்ரம் சாராபாயை மனதில் நினைத்துக் கொண்டார். எத்தனை அன்பான உள்ளங்களின் தவிர்க்கமுடியாத மரணங்கள், விபத்துகள், தடைகள் என அத்தனையும் மீறி சாதித்துக் காட்டினர், இந்திய விஞ்ஞானிகள். அன்று மாலைதான் கலாம் கொஞ்சம் நிம்மதிப் பெருமூச்சுடன் கண்ணயர்ந்தார்.

14. அதிரடி ப்ருத்வி

'கனவு காண்பவர்கள் அனைவரும் தோற்பதில்லை, கனவு மட்டுமே காண்பவர்கள்தாம் தோற்கிறார்கள்'.

-ஏ.பி.ஜே.அப்துல் கலாம்

1981, ஜனவரி 20 ஆம் தேதி கலாம் மகிழ்ச்சிப் பொங்க பரவச நிலையில் இருந்தார். அறையில் பிஸ்மில்லா கானின் இசை ஒலித்தது. கலாமின் மனதிற்கு நெருக்கமான சதிஷ் தவானிடமிருந்து வந்த தொலைபேசி அழைப்புதான் இதற்குக் காரணம். கலாமிற்கு பத்மபூஷன் விருது அறிவிக்கப்பட்டிருந்த செய்தியே அது.

அதற்குச் சிலமாதங்களுக்கு முன்னர்தான் SLV-3 குறித்து உரையாற்றுவதற்காக டேராடூன் சென்றிருந்தார், கலாம். அங்கு இந்திய அணுகுண்டின் தந்தை திரு.ராஜா ராமண்ணாவைச் சந்திக்கிறார். இந்தியாவின் முதல் பொக்ரான் அணுகுண்டு சோதனையின் முக்கிய மூளை இவரே. பாதுகாப்பு அமைச்சரின் அறிவியல் ஆலோசனைத் தலைவராகப் பதவி வகித்துவந்தார்.

மிக நெருக்கமாக அவருடன் உரையாடும் வாய்ப்புக் கிடைத்ததில் கலாமிற்கு ஏக மகிழ்ச்சி. உரையாடலின் போது ராமண்ணா அவரிடம் DRDOஇல் இணைந்து வழிகாட்டும் திசையில் சென்று, இலக்கை துல்லியமாகத் தாக்கி அழிக்கும் ஏவுகணைத் தயாரிப்புத் திட்டத்தில் பொறுப்பேற்று செயல்படுத்தும் பணியை எடுத்துக்கொள்ள சம்மதமா? என நேரடியாக கலாமிடம் கேட்டார். கரும்பு தின்னக் கூலியா? தன் ஏவுகணை அறிவுத்திறனை செழுமைப்படுத்தும் இந்த அரிய வாய்ப்பை எண்ணிப் பூரித்தார். இருப்பினும், தலைவர் தவானிடம் ஆலோசித்து முடிவெடுப்பதாகக் கூறி விடைபெற்றார்.

இச்சம்பவம் நடந்து சில நாள்களில், இந்த பத்மபூஷன் விருது அறிவிப்பு கலாமை மகிழ்ச்சிகொள்ளச் செய்தது. பின்னர் சதிஷ் தவானின் அனுமதியுடன் 1982, ஜூன் 1, DRDOவின் இயக்குனராகப் பொறுப்பேற்றார், கலாம்.

ஏற்கெனவே பீரங்கித் தகர்ப்பு ஏவுகணை உற்பத்தியில் முன்னோடியாக செயல்பட்ட DRDO நிறுவனம், இப்பொழுது 'DEVIL' (குறைந்த தூர ஏவுகணைத் திட்டம்) ஏவுகணைத் திட்டம் கைவிடப்பட்டிருந்த நேரம்.

அங்குள்ள சில அதிகாரிகள் கலகமூட்டுபவர்களாகவும், அதிகாரத்தோரணைகளுடனும் இருந்தனர். பழுத்த மரம்தான் கல்லடிபடும் என்பதுபோல், கலாம் மீது புகைச்சலுடன் இருந்தனர். ஏகப்பட்ட பனிப்போர் நிலவியது. இவை அத்தனையையும் வந்த ஒருசில மாதங்களிலேயே புரிந்துகொண்டார்.

ஒரு நாள், கடற்படை தளபதி அட்மிரல் ஓ.எஸ்.டாசன் வருகையை அறிந்து அவரிடம் விவாதிக்கவேண்டி, ஏவுகணைகள் குறித்த ஒரு விளக்கத்தினை விவாதித்தார். அதன் முக்கியத்துவத்தை உணர்த்தினார். நிதானமாகக் கவனித்த அட்மிரல் பின்னர் ஒப்புக்கொண்டார். உடனடியாக மூத்த விஞ்ஞானிகள் அடங்கிய குழு ஒன்றை அமைத்தார். முப்படைத்தளபதிகளுடன் ஆலோசனை நடத்தி இத்திட்டத்திற்கு 390 கோடி ருபாய் மதிப்பீடு செய்து, 12 வருடங்களில் திட்டத்தினை முடிக்க வேண்டும் என்று விவாதிக்கப்பட்டது.

GUIDED MISSILE DEVELOPMENT PROGRAMME (GMDP) என்ற திட்டம் உருவானது.இத்திட்டம் குறித்து அப்போதைய பாதுகாப்புத்துறை அமைச்சர் ஆர்.வெங்கடராமன் தலைமையில் நடைபெற்ற கூட்டத்தில் ஆலோசனை நடத்தினர்.அங்கு கேட்கப்பட்ட அடுக்கடுக்கான கேள்விகளுக்கு கலாம் நிதானமாகப் பதிலளித்தார். இந்தியாவின் எதிர்காலம் கருதி உருவாக்கப்படவேண்டிய திட்டம் என்பதில் மிக உறுதியாக இருந்தார். அவ்வாறே பதில்களும் இருந்தன. கூட்டம் சற்று சூடாகவே நடந்து முடிந்தது.

இறுதியில், பாதுகாப்பு அமைச்சரை சந்திக்கும்படி கலாமிற்குத் தெரிவிக்கப்பட்டது. கலாமும், அப்போதைய பாதுகாப்பு அமைச்சகத்தின் அறிவியல் ஆலோசகர் V.S.அருணாச்சலம் அவர்களும் சேர்ந்து அமைச்சரை சந்தித்தனர். ஒருசில கேள்விகளுக்குப் பின்னர் அமைச்சர் கேட்ட கேள்வி கலாமை திகைப்பில் ஆழ்த்தியது.

'ஒவ்வொரு கட்டமாக, ஏவுகணை தயாரிப்பதற்குப் பதிலாக ஒருங்கிணைந்த திட்டமாகத் தயாரித்தால் என்ன?' என்பதே அந்தக் கேள்வி.

ஒரு சில வினாடி மௌனத்திற்குப் பின் சிறிது அவகாசம் கோரினர் கலாம். மறுநாள் காலை வந்து முடிவை தெரிவிக்குமாறு அனுப்பி வைத்தனர். ஒவ்வொரு கட்டமாக ஏவுகணை தயாரிக்க திட்டத்துடன் சென்றால் ஒருங்கிணைந்த திட்டமாக மாறும் என்றும் கனவிலும் எதிர்பார்க்கவில்லை. பம்பரமாகச் சுழன்று திட்டத்தை மாற்றியமைத்து, மறுநாள் காலை அமைச்சரை சந்தித்தார். 'இப்படியொரு திட்டத்தை நீங்கள் கொண்டு வருவீர்கள் என்று உங்களை இங்கு கொண்டுவந்ததிலிருந்து எதிர்பார்த்துக் கொண்டிருக்கிறேன்' என்றதும், கலாமிற்குப் புரிந்தது. அன்று ராஜா ராமண்ணா மூலம் DRDO விற்கு வரக் காரணம் இவர்தான் என்பது. சுமார் 388 கோடி ரூபாய் செலவில் INTEGRATED GUIDED MISSILE DEVELOPMENT PROGRAMME (IGMDP) தயாரானது.

தன் வாழ்நாளின் இரண்டாவது அத்தியாயம் 1983 ஜூலை 27இல் துவங்கியது. IGMDPஇன் திட்டப்படி, தரையிலிருந்து தரை இலக்கைத் தாக்கும் பிருதிவி (பூமி), அதிமுக்கியமான தந்திர ஏவுகணை (TACTICAL CORE VEHICLE) திரிசூல், தரையிலிருந்து வான் இலக்கினைத் தாக்கும் ஆகாஷ் (ஆகாயம்) பீரங்கிகளைத் தகர்க்கும் நாக் (நாகப்பாம்பு) கலாமின் கனவு ஏவுகணை

'அக்னி' என ஏவுகணைத் திட்டங்களை DR.V.S.அருணாச்சலம் துவக்கிவைத்தார்.

நிதியும் ஓரளவு அடிப்படைக் கட்டமைப்பு வசதிகளையும் பெற்றபிறகு ஒருங்கிணைந்த குழு வேண்டும் என முடிவு செய்யப்பட்டது. ஒவ்வொரு ஏவுகணைத் திட்டத்திற்கும் திறமையான தலைவர்கள் நியமிக்கப்பட்டு முன்னெடுத்துச் சென்றார்.

ஏவுகணைத் திட்டம் முன்னோக்கிச் சென்றுகொண்டிருந்த இந்தக்காலத்தில், சோதனை செய்து பார்ப்பதற்கு இடம் தேவைப்பட்டது. ஹைதராபாத், அருகே உள்ள இம்ராத் காஞ்சாப் பகுதியை அதிகாரிகள் தேர்வு செய்தனர். பின்னர் சோதனைரீதியில் வெடித்துச் சோதனை செய்ய முன்னர் கைவிட்ட டெவில் ஏவுகணையைப் பயன்படுத்த முடிவு செய்து அதில் மாற்றம் செய்து, மாற்றியமைக்கப்பட்ட தொலைதூரப் பயணம் செய்யும் டெவில் சோதனைக்குத் தயாரானது.

1984 ஜூன், 26இல் விண்ணில் வெடிக்கச் செய்து சாதித்தனர். இந்தியாவில் தயாரான முதலாவது மேம்படுத்தப்பட்ட ஏவுகணைச் சாதனம் (STRAP DOWN INERTIAL GUIDANCE SYSTEM) நம்மால் சாதிக்கமுடியும் என்று மீண்டும் ஒருமுறை உலகிற்கு உணர்த்தினர்.

இந்த வெற்றிக்குப்பிறகு பிரதமர் இந்திராகாந்தி, IGMDPஇல் மேற்கொள்ளப்படும் வளர்ச்சிப் பணிகளை ஆய்வுசெய்ய 1984, ஜூலை 19 அன்று DRDOவிற்கு வருகைபுரிந்தார். அங்குள்ள விஞ்ஞானிகள் மத்தியில் உரையாடினார். வழிகாட்டிய திசையில் சென்று தாக்கும் ஏவுகணை குறித்துக் கேட்டறிந்தார். பின்னர் கலாமிடம் 'பிருதிவியை எப்போது விண்ணில் ஏவப் போகிறீர்கள்?' எனக் கேட்டார். அதற்கு கலாம் '1988, மே மாதம்' எனப் பதிலளித்தார்.

சொன்னபடியே வெறும் 18 மாதங்களில் முப்பரிமாண (3D) வடிவமைப்பை உருவாக்கி அதனை வெற்றிகரமாக பரிசோதனை செய்யவும் தயார்படுத்தினார். இதை இவ்வளவு விரைவாகச் செய்து முடிப்பார் என எதிர்பார்க்காத இந்திராகாந்தி கலாமின் உழைப்பைக்கண்டு ஆச்சர்யம் அடைந்தார். இதையே மேலைநாடுகளில் 10 ஆண்டுகாலம் செலவழித்திருப்பர் என்பதே உண்மை. அது அவருக்கும் தெரியும் அதுதான் அவர் ஆச்சர்யத்துக்கு காரணம்.

இறுதியாக 1988, பிப்ரவரி 25இல், காலை 11.23க்கு முற்பகல் பிருதிவி சீறிப்பாய்ந்தது. 1000 கிலோ எடைகொண்ட வெடிகுண்டினை சுமந்து 150கி.மீ. தொலைவு சென்று இலக்கினை துல்லியமாகத் தாக்கும் திறன் படைத்தது பிருதிவி ஏவுகணை. இந்திய ஏவுகணை அறிவியல் தொழில்நுட்ப சரித்திரத்தில் ஒரு சகாப்தம் உருவாகியது.

15. அசாத்திய அக்னி

'உன் கைரேகையைப் பார்த்து எதிர்காலத்தை நிர்ணயித்து விடாதே. ஏனென்றால், கையே இல்லாதவனுக்கும்கூட எதிர்காலம் உண்டு'

– ஏ.பி.ஜே.அப்துல் கலாம்

1989, ஏப்ரல் 20 அன்று வெற்றி வரலாற்றின் அடுத்த அத்தியாயம் குறிக்கப்பட்டது. குறிப்பாக, கலாமின் கனவுத்திட்டமான 'அக்னி' ஏவுகணையைப் பயன்படுத்தும் REX TECHNOLOGY குறித்து பல்வேறு ஏளனங்கள், ஆட்சேபங்கள், பத்திரிகை கார்ட்டூன்கள் என அக்னி குறித்து கவுண்டவுன் தொடங்குவதற்கு முன்னரே ஆரம்பித்துவிட்டனர்.

சரியாக 36 மணி நேரத்திற்குமுன்னர் கவுண்ட் டவுன் தொடங்கியது. அக்னி விண்ணில் ஏவுவதற்கு இந்த இடைப்பட்டநேரத்தில், இந்த வரலாற்று நிகழ்வினை தடுத்து நிறுத்த பல்வேறு நிர்பந்தங்கள், தடைகள், அழுத்தங்கள் அத்தனையையும் முறியடித்துத் தயாரானபோது 14 நொடிகளே மீதி இருந்தபொழுது 'HOLD' சிக்னல் கம்ப்யூட்டரில் பெறப்பட்டது. அக்னி ஏவும் நாள் தள்ளிப்போடப்பட்டது.

மீண்டும் 10 நாட்கள் கழித்து 1989, மே 1ஆம் தேதி, விண்ணில் பாயத் தயார் ஆனது. அப்போதும் HOLD சிக்னல் கிடைத்ததால் மீண்டும் தள்ளிப்போடப்பட்டது. குறைகளைக் கண்டறிந்து தயாரானது குழு.

1989, மே 22. நேரம் குறிக்கப்பட்டது. அதற்கு முந்தையநாள் இரவில் கடற்கரையில் பாதுகாப்பு அமைச்சர், கலாமிடம் "நாளை வெற்றிகரமாக விண்ணில் ஏவப்பட்டால் உங்களுக்கு என்ன வேண்டும்" எனக் கேட்க, கலாம் சிறிது யோசித்து "இங்கு நடுவதற்கு லட்சம் மரக்கன்றுகள் வேண்டும்" என்றார்.

மே 22, புயல் அபாயம் அச்சுறுத்தியது. இருப்பினும் 'அக்னி' விண்ணில் பாய காலம் கனிந்தது. காலை 7.10 விண்ணில்

பாய்ந்தது 'அக்னி'. திட்டமிட்ட பாதையில் துல்லியமான பயணம். வெற்றி.....வெற்றி....

கிட்டத்தட்ட, ஐந்து வருட கடும்பாடுபட்டு, இடைவிடாத முயற்சி மற்றும் ஐந்து வார தடங்கல் என அத்தனையையும் தவிடுபொடியாக்கியது "அக்னி" ஏவுகணை. எப்பொழுதும்போல கலாம் 'இது இந்தியாவிற்கான வெற்றி எனது குழுவிற்கான வெற்றி' என்று கூறினார்.

1990இல் குடியரசு நாளில், DR.அருணாச்சலம் மற்றும் கலாம் அவர்களுக்கு பத்மவிபூஷன் விருது வழங்கப்பட்டது. ஏவுகணை அணியில் இடம்பெற்ற கே.சி.பட்டாச்சார்யா, ஆர்.என்.அகர்வால் பத்ம விருதுகளை அலங்கரித்தனர். அடுத்த இரண்டே வாரங்களில் பீரங்கியைத் தாக்கி அழிக்கும் 'நாக்' ஏவுகணை சோதனை வெற்றியடைந்தது.

இன்று அக்னி ஏவுகணையின் தொலைதூரம் மற்றும் எடுத்துச்செல்லும் வெடிகுண்டில் எடையும் அதிகரிக்கப்பட்டு கண்டம்விட்டு கண்டம் பாய்ந்து அணு ஆயுதங்கள் சுமந்துசெல்லும் திறனைப் பெற்றிருக்கிறது. ஆறு வகையான அக்னி ஏவுகணைகள் இருப்பதாகத் தகவல்.

16. பொக்ரான் சோதனை

'பள்ளிக்கூட வாழ்க்கை முழுவதுமே நமக்கு வாசிக்கவும், படிக்கவும் மட்டும்தான் கற்றுத் தந்திருக்கிறார்கள். கவனிப்பது எப்படி என்று கற்றுத் தரப்படுவதே கிடையாது என்பதுதான் வேடிக்கை'.

-ஏ.பி.ஜே.அப்துல் கலாம்

1947இல், சுதந்திரம் பெற்றும் அடுத்த இரண்டே மாதங்களில் பாகிஸ்தான் நம்மீது போர் தொடுத்து சில பகுதிகளைக் கைப்பற்றினர். அண்டை நாடே தலைவலியாகுமென்று அதுவரை நினைக்கவில்லை. பின்னர் 1962இல், சீனா போர்தொடுத்தது. அதில் வெற்றியும் கண்டது.

1965,1971 முறையே பாகிஸ்தானுடன் மீண்டும் போர் என போரின் மூலம் பாடம் கற்றுக்கொண்டோம்.1947ஆம் ஆண்டே பாகிஸ்தானுடனான போருக்குப் பின்னர் இந்தியா, தன்னைத் தற்காத்துக்கொள்ள தீர்மானித்தது. 1948ஆம் ஆண்டே இந்திய அணுசக்தித் துறையை மேம்படுத்தும் நோக்கில் அதனை விஞ்ஞானி ஹோமி ஜஹாங்கீர் பாபாவிடம் ஒப்படைத்தனர்.

அணுசக்தி கொண்டு எரிசக்தி மட்டுமல்லாமல், அணுஆயுதங்கள் தயாரிக்கும் அவசியத்தையும் பாபா, பிரதமர் நேருவிடம் எடுத்துரைத்தார். அணுஆயுதம் தேவைதானா? என நேரு யோசித்தார். பின், பல்வேறு முயற்சிகளுக்குப் பின் 1955ஆம் ஆண்டு பிரிட்டன் அரசு 'அப்ஸரா' எனும் அணு உலையினை அமைக்க முன்வந்தது. அணுசக்திமூலம் எரிசக்தியோ அல்லது அணுஆயுதமோ தயாரிக்க அணு உலை அவசியம். மேலும் கனடா மற்றும் அமெரிக்க நாடுகளின் உதவியுடன் தாராபூரில் 'சைரஸ்' எனும் அணு உலை நிறுவப்பட்டது.

எல்லாம் தயார் எனினும் அணு ஆயுதம் செய்ய ப்ளூடோனியம் தேவை. இதனைத் தயாரிக்க யுரேனியம் எனும் மூலப்பொருள் தேவை. ஏற்கெனவே அணுஆயுதப் பரவல் ஒப்பந்தம் கையெழுத்தானதால் அதனைப் பிற நாடுகளிடமிருந்து பெறுவது

கடினம். எனவே, நமக்குத் தேவையான யுரேனியத்தை நாமே சேமிக்க வேண்டிய கட்டாயத்திற்கு உள்ளானோம்.

இந்தத் திட்டத்தில், *1964*இல் பிரதமர் திரு.நேரு அவர்களின் மறைவு பின்னடைவை ஏற்படுத்தியது. பின்னர் வந்த திரு. லால்பகதூர் சாஸ்த்ரி அணு ஆயுதத் தயாரிப்பில் ஆர்வமில்லாமல் இருந்தார். இதற்கிடையே சீனா 1966இல் அணுகுண்டு சோதனை செய்து முடித்திருந்தது.

அதே நேரத்தில் லால்பகதூர் சாஸ்திரியின் மரணமும், அடுத்த இரண்டு வாரங்களில் ஹோமி ஜஹாங்கிர் மரணமும் அதிர்ச்சியூட்டியது. அணுஆயுதத் திட்டத்தை இந்தியா மறந்துவிட வேண்டியதுதான் என நினைத்திருந்த நிலையில், பிரதமர் இந்திரா காந்தியின் வருகை புத்துயிரூட்டியது.

அணுஆயுதத் தேவையின் முக்கியத்துவத்தைத் தெரிந்த இந்திரா காந்தி, திட்டத்திற்கு உறுதுணையாக நின்றார். அதன்படி,

அணுஆயுதப் பரவல் ஒப்பந்தத்தில் கையெழுத்திட உலகின் மற்ற நாடுகள் நிர்பந்தித்தும் கையெழுத்திட மறுத்தார்.1967ஆம் ஆண்டு முதல் மீண்டும் அணுஆயுதத் தயாரிப்பு முடுக்கிவிடப்பட்டது.

1969இல், தேவையான ப்ளூட்டோனியம் கிடைத்தவுடன் அணுஆயுதத் திட்டத்தின் தலைமைப் பொறுப்பு விஞ்ஞானி ராஜா ராமண்ணாவிற்கு வழங்கப்பட்டது.மூன்றே வருடங்களில் சுமார் 70 விஞ்ஞானிகளின் துணைகொண்டு இந்தியப் பாதுகாப்பு அமைச்சகத்திற்கே தெரியாமல் இந்தியாவிற்கான முதல் அணுகுண்டை உருவாக்கினர்.

1972, மே முதல் வாரத்தில் அணுகுண்டு வெடிப்பிற்கான பாகங்கள் கொண்டு செல்லப்பட்டன. 1974, மே 18ஆம் தேதி, 'புத்த பூர்ணிமா' தினத்தன்று இந்தியாவின் முதல் அணுகுண்டு சோதனை வெற்றிகரமாக நடைபெற்றது. இந்தியாவின் அணுகுண்டின் தந்தை என ராஜா ராமண்ணா அழைக்கப்பட்டார்.

அண்டைநாடான பாகிஸ்தானால் இதனைப் பொறுத்து கொள்ளமுடியாமல் "நாங்களும் இனி, அணு ஆயுதம் தயாரிப்போம். அனைத்து மதத்தினரும் அணுஆயுதங்கள் வைத்திருகிறார்கள். நாங்கள் புல்பூண்டைத் தின்றாவது 1000 ஆண்டுகள் பட்டினி கிடந்தாவது தயாரிப்போம்" எனச் சூளுரைத்தார், அப்போதைய பிரதமர் சூல் பீகர் அலி பூட்டோ.

முதல் அணுகுண்டு 1974இல் நடைபெற்றாலும், அணுஆயுதங்களாகப் பயன்படுத்தமுடியாத நிலையில் இருந்தோம். அதற்கான தளவாடங்களும் வாகனங்களும் தாங்கிச்செல்லும் ஏவுகணைகளோ இல்லை. அதுகுறித்து ஆராய்ச்சி நடைபெற்றுக்கொண்டிருந்த நேரத்தில்தான், ராஜா ராமண்ணா வேண்டுகோளுக்கிணங்க கலாம் அணுகுண்டு சோதனைக்குத் தலைமை தாங்கி நடத்தினார். 1995ஆம் ஆண்டு, டிசம்பர் 19ஆம் தேதி குறிக்கப்பட்டது. இந்த விஷயம் உலகிற்குத் தெரிந்ததால் சோதனை தள்ளிபோடப்பட்டது.

1998இல், பிரதமராகப் பொறுப்பேற்ற திரு.அடல்பிகாரி வாஜ்பாய், அப்துல் கலாம் அவர்களை அழைத்தார். கண்டிப்பாக அணுகுண்டு சோதனை நடத்த வேண்டும். எத்தனை நாட்கள் வேண்டும் எனக் கேட்டார். கலாம், 'முப்பது நாட்கள் வேண்டும்' என்றார். 'ஆபரேஷன் சக்தி' எனப் பெயர் சூட்டப்பட்டது. இந்தியாவின் உளவு அமைப்பான 'ரா'வின் ஒத்துழைப்புடன் நாள்

குறிக்கப்பட்டது. தேவையான தளவாடங்கள் பொக்ரானிற்கு இடம் பெயர்ந்த வண்ணம் இருந்தன. விஞ்ஞானிகள் ராணுவ உடையில் சுற்றிக் கொண்டிருந்தனர். வானில் பறக்கும் அயல்நாட்டு உளவு செயற்கைக்கோள் நம்மைப் படம்பிடிக்காத வண்ணம் போர் ஒத்திகையில் புழுதி பறக்கவிட்டனர்.

இரவு நேரத்தில் உளவு செயற்கைக்கோள் படம்பிடிக்க இயலாத காரணத்தினால், அந்நேரத்தில் வாகனங்கள் நகர்வதும் பூமியின்கீழ் சுரங்கப்பாதை தோண்டப்பட்டு அங்குதான் பணிகள் நடைபெற்றுக் கொண்டிருந்தன. பகற்பொழுது விடியும்பொழுது மீண்டும் வாகனங்கள் அதே இடத்தில் நிறுத்தப்படும். தொலைபேசி உரையாடல் ஒட்டுக் கேட்கப்படலாம் என்பதால் ஒவ்வொருவருக்கும் ஒரு பெயர். கலாமிற்கு, பிரித்திவிராஜ், விஞ்ஞானி சிதம்பரத்திற்கு நடராஜ் என்பதுபோல. முப்பது நாட்களும் இதேதான். எல்லாம் சரியாகப் போய்க்கொண்டிருந்தது.

மே 11ஆம் நாள், யாருக்கும் எந்தச் சந்தேகமும் இல்லை. முதல் குண்டு வெற்றிகரமாகச் சோதிக்கப்பட்டது. பின் அடுத்தடுத்த இரண்டு குண்டுகள், முதல் நாளில் மூன்று குண்டுகளும் அடுத்த ஒருநாள் இடைவெளியில் இரண்டு குண்டுகளும் சோதிக்கப்பட்டன. அதிர்ச்சியில் உறைந்தன உலக நாடுகள். குறிப்பாக அமெரிக்கா. பொக்ரான் சோதனை பெரும் வெற்றி பெற்றது.

உலகநாடுகளில் பல இதைப் பொறுத்துகொள்ள முடியாமல் நம்மீது மிகப்பெரிய அளவில் பொருளாதாரத் தடைகளை விதித்தன. பாகிஸ்தானும் அடுத்த ஒரு வார இடைவெளியில் அணுகுண்டு சோதனை செய்து, அணுகுண்டு வைத்திருக்கும் நாடுகளின் பட்டியலில் சேர்ந்தது. இன்றுவரையில் பொக்ரான் ஒரு சகாப்தமாகத்தான் இருக்கிறது. அப்படியொரு சகாப்த நிகழ்வை வழிநடத்தியவர், கலாம் அவர்களே.

17. நாயகன் கலாமின் நண்பர் நடிகர் விவேக்

'உங்கள் பிரச்சினைகளை எதிர்கொள்வதுதான் உங்கள் வாழ்க்கையை மீண்டும் உருவாக்குவதுதான் தொடர்ந்து வாழ்க்கையை ஓட்டுவதற்கான வழி'.

-ஏ.பி.ஜே.அப்துல் கலாம்

"விவேக் எனது நெருக்கமான நண்பர்" என, கலாம் சென்னையில் நடைபெற்ற ஒரு நிகழ்ச்சியில் மேடையில் கூறினார். எப்படி இந்த நெருக்கம் சாத்தியமானது என்பதை பல நேர்காணல்களில் கூறியுள்ளார்.

இதற்கு முன்னர் நாம் பார்த்த முக்கியக் கட்டம் என்ற அத்தியாயத்தின்படி, தனது வாழ்வின் நான்காவது கட்டமாக மாணவர்களைச் சந்திக்க முடிவெடுத்து, அண்ணா பல்கலைக்கழகத்தில் ஆசிரியராகச் சேர்ந்த நேரத்தில்தான் கலாம் பல கட்டுரைகளை எழுதுகிறார். இதில் பல கட்டுரைகளைப் படித்த நடிகர் திரு.விவேக் அவர்களின் சகோதரி திருமதி.விஜயலட்சுமியின் அறிவுறுத்தலின்படி, கலாம் அவர்களின் புத்தகங்களையும் கட்டுரைகளையும் படிக்கத் தொடங்கினார். அதன்பின்னர் அவரின்பால் எற்பட்ட ஈர்ப்பால் கலாம் அவர்களைச் சந்திக்க நேரம் கேட்கிறார்.

இதற்கிடையே நடிகர் விவேக், 'ரன்' என்ற திரைப்படத்தில் நடித்துக்கொண்டிருந்த நேரத்தில். கலாமிடம் சந்திக்கக் கேட்டிருந்த நேரம் அன்றைய தினம் ஒதுக்கப்பட்டிருப்பதாக தகவல் தெரிவிக்கப்பட்டிருந்தது. அப்பொழுதுதான் கூவத்தில் முங்கி எழுந்திருக்கும் காட்சியில் விவேக் நடித்துக்கொண்டிருந்தார். கலாமைச் சந்திக்க தகவல் கிடைத்ததும் உடனடியாக தன்மேல் படிந்திருக்கும் சேற்றினை கழுவிவிட்டு சந்திக்க விரைந்தார்.

அண்ணா பல்கலைக்கழகத்தில் மாணவர்கள் புடைசூழ அமர்ந்திருந்த கலாமை கண்டதும், விவேக் அவர்களுக்கு மிக்க மகிழ்ச்சி. விவேக்கிற்கான நேரம் வந்தது, "சார், நீங்கதானே நடிகர் விவேக்? சாரி சார், நான் சினிமாக்கள் பார்ப்பதில்லை" என

கலாம் கூற... விவேக்கிற்கு கொஞ்சம் கஷ்டமாக போய்விட்டது. பின்னர் அரைமணி நேர உரையாடலுக்குப் பின் கலாம், நடிகர் விவேக் அவர்களுக்கு அளித்த புத்தகத்தில் "மக்களைச் சிரிக்க வைக்கிறவர்கள் ஆண்டவனுக்கு மிக அருகில் இருக்கிறார்கள்" எனக் கையெழுத்திட்டார்.

இந்தச் சந்திப்பிற்குப் பின்னர் கலாம், எவ்வளவு தொலைநோக்குடன் இருப்பதையும், மாணவர்கள்மேல் வைத்திருக்கும் மதிப்பையும் நம்பிக்கையையும் பார்த்து வியந்து போய்விட்டார் விவேக். அதன் பிறகே வாழ்க்கையில் ஒரு நோக்கம் மற்றும் இலக்கு நோக்கிப் பயணப்பட்டார். அவரிடம் உரையாடிய அந்த அரைமணி நேர உரையாடல் அவரை மேலும் பக்குவப்பட்டவராக ஆக்கியது எனலாம். அதன்பின்னர் பலமுறை கலாம் அவர்களை விவேக் சந்தித்துப் பேசியுள்ளார்.

கலாம் அவர்கள் குடியரசுத் தலைவர் ஆனபின்பும் இவர்களுக் கிடையேயான சந்திப்பு நிகழ்ந்தவண்ணம் இருந்தது. நமக்குத் தெரிந்து, ஒரு நடிகராக கலாமிடம் நட்புடன் இருந்தார் என்றால் அது, நம் விவேக் அவர்கள் மட்டுமே.

2010ஆம் ஆண்டு, அப்படியான சந்திப்பில்தான் கலாம் தான் ஹைதராபாத்தில் விஞ்ஞானியாக இருந்த சமயத்தில் எழுதிய 'மரம்' எனும் தலைப்பின்கீழ் எழுதிய கவிதையினை படிக்கச் சொன்னார். அக்கவிதை பின்வருமாறு:

"மனிதா
நான் உனக்கு நிழல் கொடுத்தேன்
நான் உனக்கு மழை கொடுத்தேன்
நான் உனக்கு கனிகள் கொடுத்தேன்
நான் உனக்கு மலர்களைக் கொடுத்தேன்
நீ எனக்கு என்ன கொடுத்தாய்?
என்னை வெட்டுவதைத் தவிர"

இக்கவிதையினைப் படித்த பின்னர், மரங்களுக்கும் மழைக்குமான தொடர்பு, பூமி வெப்பமயமாதல் குறித்து உரையாடினார்.

விவேக் அவர்களை நாடுதோறும் மரக்கன்று நடும்படி கேட்டுக்கொண்டார். அதன் தொடக்கமாக 10லட்சம் மரக்கன்றுகள் நட இலக்கினைக் கொடுத்தார். மரங்கள்குறித்து மக்களிடையே விழிப்புணர்வைத் தூண்டும்வகையில் பேசவேண்டும் என்று வேண்டுகோள் விடுத்தார்.

அன்றிலிருந்து அவர் துவங்கிய பயணம் வேகமெடுத்து 10லட்சம் மரக்கன்று நடுவிழாவில் கலாம் கலந்துகொண்டு வாழ்த்தினார். அந்த விழாவில் தன்னை 'எதற்கு மரம் நடச்சொன்னீர்கள்' எனக் கேட்டதற்கு கலாம்,

"இதனை இதனால் இவன்முடிக்கும் என்றாய்ந்து
அதனை அவன்கண் விடல்"

என்ற குறளை மேற்கோள்காட்டினார்.

இந்தச் செயலை ஒருவர், எப்படிச் செய்து முடிப்பார் என்பதை ஆராய்ந்து அதன்பின் அச்செயலை அவரிடமே ஒப்படைக்கவேண்டும் என்பது மேற்கூறிய குறளின் பொருள்.

மேலும் 50 லட்சம், 1 கோடி மரக்கன்று நடுவிழாவிற்கும் நிச்சயம் வருவதாக வாக்களித்திருந்தார், கலாம்.

கலாம் என்ற மனிதர், மறைந்த முன்னாள் பிரதமர் திரு.நேரு மற்றும் தேசத் தந்தை மகாத்மா காந்தியும் சேர்ந்த உருவமாக விவேக் பார்ப்பதாகக் கூறுகிறார்.

ஒருமுறை நடிகர் விவேக்கிடம் "நான் நேசிக்கும், என்னை நேசிக்கும் இந்த மாணவர்கள் மத்தியில்தான் என் உயிர் பிரியவேண்டும்" என்று கலாம் கூறியதாக, ஒரு நேர்காணலில் விவேக் கூறியுள்ளார்.

இன்று இருவருமே நம்மிடையே இல்லை. ஆனால் அவர்வழி வந்த மரம் நடும் செயல் மட்டும் தமிழ்நாட்டில் இன்றும் சிறப்பாக நடைபெற்றுக்கொண்டே இருக்கிறது. விவேக் அவர்களின் நேரடி வழிகாட்டலில் மட்டுமே இதுவரை 34இலட்சம் மரங்கள் நடப்பட்டுள்ளதாகத் தகவல்.

"இதனை இதனால் இவன்முடிக்கும் என்றாய்ந்து
 அதனை அவன்கண் விடல்"

என்ற கலாம் அவர்கள் சுட்டிக்காட்டிய குறளுக்கு இணங்க விவேக் பணியாற்றினார் என்பது தெள்ளத்தெளிவாகத் தெரிகிறது.

ஒரு செயலுக்குத் தகுந்த ஆட்களை நியமிப்பதும், அவர்களிடம் இருந்து பணியைத் திறம்பட வாங்குவதும் கலாம் அவர்களுக்குக் கை வந்த கலை. அதனைத்தான் பொக்ரான் அணுகுண்டு சோதனையின் போதும் செயல்படுத்தினார்.

காலை முழுதும் அலுவலக வேலையிலும், மாலை முதல் இரவு வரை பூமிக்கடியில் அணுகுண்டிற்கான வேலை எனத் தன்னையும், தன் சக விஞ்ஞானிகளையும் கட்டுக்கோப்பாக வெளியுலகிற்கே தெரியாமல், வெளிநாட்டு செயற்கைக்கோள் கண்ணில்படாமல். கனகச்சிதமாக செய்துமுடித்து, உலக நாடுகளின் மூக்கின்மேல் கைவைக்கச் செய்தார்.

18. ஹெலிகாப்டர் விபத்தும் விந்தையான கனவும்

'கனவு மலரட்டும்! கனவு மலரட்டும்! கனவு மலரட்டும்! கனவுகள் எண்ணங்களாக வடிவம் பெறுகின்றன; எண்ணங்கள் செயல்களாகப் பரிணமிக்கின்றன'.

- ஏ.பி.ஜே.அப்துல் கலாம்

2001, செப்டெம்பர் 30ஆம் நாள், ராஞ்சி விமான நிலையத்திலிருந்து பொக்காரான் நகருக்கு ஹெலிகாப்டரில் மோசமான வானிலை நடுவே பயணம் மேற்கொண்டார். திடீரென்று ஆர் பி எம் குறைந்து, இயந்திரக்கோளாறு ஏற்பட விமானிகள் மிக லாவகமாகக் கையாண்டும் பலத்த சத்தத்துடன் ஹெலிகாப்டர் தரையை மோதி நின்றது. அதிர்ஷ்டவசமாக எந்த உயிர்ச்சேதமும் இல்லாமல் தப்பினர். கலாமின் உடல் நிலையைச் சோதிக்க மருத்துவர் குழு வந்தும், கலாம் எதையும் கண்டுகொள்ளாமல் அடுத்தடுத்த நிகழ்ச்சிகளுக்குச் சென்றார். அனைத்து நிகழ்ச்சிகளும் முடிந்த பின்னர், மருத்துவர்களின் ஆலோசனைகளுக்குப் பின்னர் தூக்க மாத்திரை எடுத்துக்கொண்டார். இருந்தும் உறக்கம் கொள்ளாமல் அவஸ்தைப்பட்டார்.

அந்தத் தூக்கத்தில், அவரது கனவில் ஆபிரஹாம் லிங்கன், மஹாத்மா காந்தி, கலீஃபா ஓமர், ஐன்ஸ்டீன், அரசர் அசோகர் என அனைவரும் கனவில் தோன்றி, மனிதகுலம் குறித்த விவாதம் மேற்கொண்டனர். இறுதியாக, நமது எந்தச் செயல்களும், நாம் பின்பற்றும் எந்தக் கோட்பாடும் மனிதகுல மேம்பாட்டுக்காக மட்டுமே அமைந்திருக்க வேண்டும் என காந்தி கூறுவதாகப் பார்க்கிறார்.

பொழுது புலர்ந்தும் தன் மனதைச் சுற்றி அந்தக் கனவுமட்டும் வட்டமடித்துக்கொண்டே இருந்தது. புதிய தீர்மானமும் உருவானது மனதில். குழந்தைகளைச் சந்தித்து கருத்துப் பரிமாற்றம் செய்வதன் மூலம்தான் தனக்குத்தானே மறுவடிவம் கொடுத்துக்கொள்ள முடியும் என்று முடிவெடுக்கிறார். வளர்ச்சியடைந்த இந்தியா ஒன்றே இனி குறிக்கோள். அதனை குழந்தைகள் மத்தியில்

விதைப்பதன் மூலம் மட்டுமே அடைய முடியும், எனவே இனி அவர்களைச் சந்திப்பதே தன் வேலை என முடிவெடுத்து வாழ்வின் புதிய பயணத்தை மேற்கொள்ளத்துவங்கினார். தனது 70 வயது பூர்த்தியடைவற்கு மூன்று நாட்களுக்கு முன்னர் 2001, அக்டோபர் 12 இல் பணியிலிருந்து ஓய்வுபெறும் கடிதத்தை பிரதமருக்கு அனுப்பினார். தொடர்ந்து அவரது வேண்டுகோளை ஏற்று 2001 நவம்பர், சென்னை அண்ணா பல்கலைக்கழகத்தில் பேராசிரியராகப் பணியில் சேர்ந்தார்.

19. ஜனாதிபதி
டாக்டர் ஏபிஜே. அப்துல் கலாம்

'கனவுகள் இல்லாவிட்டால், புரட்சிகரமான சிந்தனைகள் தோன்றாது, சிந்தனைகள் இல்லாவிட்டால், செயல்கள் உருவாகாது'.

-ஏ.பி.ஜே.அப்துல் கலாம்

ஏவுகணை நாயகன் ஏபிஜே.அப்துல் கலாமிற்கு 'பாரத ரத்னா' விருது வழங்க முடிவு செய்தார். மார்ச் 1, 1998 அன்று ராஷ்டிரபதி பவனில் நடந்த 'பாரத ரத்னா' விருது வழங்கும் விழாவில் கலாம் பதற்றமாகக் காணப்பட்டார். விசுவேஸ்வரய்யாவுக்குப் பின் 'பாரத ரத்னா' பெறும் இரண்டாவது பொறியாளர் திரு. அப்துல் கலாம் ஆவார்.

இது போன்ற விழாக்களில் கலாமுக்கு ஈடுபாடு இருந்ததில்லை காரணம், அங்கு முன்வைக்கப்படும் உடை கட்டுப்பாடுகள். தன் இயல்புநிலைக்கு ஒவ்வாத ஆடைகளை அணிய வேண்டியிருந்தது, அவர் ஒருபோதும் சூட் அணிவதை விரும்பியதில்லை. அவர் எப்போதும் தோல் காலணிகளுக்குப் பதிலாக சாதாரண காலணிகளை அணியவே விரும்பினார். பாரத ரத்னா பெற்ற பிறகு அவரை வாழ்த்திய முதன்மையானவர்களில் ஒருவர், அடல்பிகாரி வாஜ்பாய்.

இதற்கு முன்னர் கலாம் அவர்கள், திரு வாஜ்பாய் அவர்களை முதன் முதலில் சந்தித்த தருணம் மிக சுவாரஸ்யமானது. SLV-3 வீண்ணில் செலுத்தப்பட்டதை அடுத்து, 1980 ஆம் ஆண்டு ஆகஸ்ட் மாதத்தில் அப்போதைய பிரதமர் திருமதி இந்திரா காந்தி அவர்களும் பேராசிரியர் சதீஷ் தவான், முக்கிய நாடாளுமன்ற உறுப்பினர்கள்மற்றும் கலாம் என அனைவரும் குழுமியிருந்தனர்.

கலாம் அவர்களை திரு வாஜ்பாய் சந்தித்தது அதுவே முதல்முறை. இந்தக் கூட்டத்திற்கான அழைப்பு வந்தவுடன் தன்னிடம் நல்ல சூட் உடைகளோ, நல்ல காலணிகளோ இல்லை. சாதாரண செருப்பு மட்டுமே உள்ளது என்றும் கூறியுள்ளார். அதற்கு சதீஷ்

தவன் புன்னகையுடன் அவரிடம், 'கலாம், நீ ஏற்கனவே வெற்றி எனும் ஆடையை அணிந்துகொண்டிருக்கிறாய். நீ நிச்சயம் அங்கு வரவேண்டும்' என்றார்.

இந்திரா காந்தி அந்தக் கூட்டத்தில் கலாமை அறிமுகப்படுத்திய பொழுது வாஜ்பாய் கலாமை ஆரத்தழுவி வரவேற்றார். இதைப் பார்த்து இந்திரா காந்தி குறும்புச் சிரிப்புடன் சீண்டும்விதமாக, 'அடல்ஜி, நீங்கள் ஆரத்தழுவிய கலாம் ஒரு இஸ்லாமியர்' என்றார். அதற்கு வாஜ்பாய், 'இருக்கட்டும். அதற்கும் முன்னால் அவர் ஒரு இந்தியர் மேலும் ஒரு விஞ்ஞானி' என்றார்.

பதினெட்டு ஆண்டுகளுக்குப் பிறகு வாஜ்பாய், இரண்டாவது முறையாக பிரதமர் ஆனபோது அவர், தனது அமைச்சரவையில் பங்கேற்க கலாமுக்கு அழைப்பு விடுத்தார். ஆனால் திரு.கலாம் அதனை ஏற்கமறுத்து திரு. வாஜ்பாயிடம் பாதுகாப்பு மற்றும் அணு ஆயுத சோதனைத் திட்டம் இறுதிக் கட்டத்தில் உள்ளதென்றும், அதனை சிறப்பாகச் செய்வதன் மூலம் நாட்டுக்கு சிறப்பான சேவை செய்யமுடியும் என்றும் கூறி மறுத்துவிட்டார். சொன்னது போலவே இரண்டாவது முறையாக பொக்ரானில் அணுகுண்டு சோதனை நடத்தி வெற்றியும் கண்டார்.

ஜூன் 10, 2002 அன்று, அண்ணா பல்கலைக்கழக துணைவேந்தர் திரு கலாநிதியிடம் இருந்து திரு கலாமிற்கு ஒரு செய்தி சென்றது. அதில் பிரதமர் அலுவலகம் கலாமை தொடர்புகொள்ள முயற்சி செய்வதாகவும் உடனே துணைவேந்தர் அலுவலகத்திற்கு வருமாறு அழைப்புவிடுத்தார். கலாம் வந்தவுடன் பிரதமர் அலுவலகத்

தொலைபேசி இணைப்பு கொடுக்கப்பட்டு பிரதமர் திரு வாஜ்பாய் கலாமிடம் பேசினார். அதில் திரு.கலாம் அவர்களை இந்தியாவின் குடியரசுத்தலைவராக சேவை செய்ய அழைப்புவிடுத்தார். அதற்கு திரு.கலாம் "இதுகுறித்து முடிவெடுக்க ஒரு மணி நேரம் அவகாசம் வேண்டும்" என்றார். ஒரு மணிநேரம் எடுத்துக்கொள்ளுங்கள். ஆனால் சாதகமான பதிலைத்தான் எதிர்பார்க்கின்றோம் என வாஜ்பாய் பதிலளித்தார். பின் ஜூன் 18,2002 அன்று திரு கலாம் வேட்புமனு தாக்கல் செய்தார்.

2002, ஜூலை 25ம் தேதி இந்தியாவின் 12வது குடியரசுத் தலைவராக கலாம் பதவி ஏற்கிறார் எனும் செய்தி இந்தியாவின் பட்டிதொட்டியெங்கும் பரவுகிறது. குறிப்பாக ராமேசுவரம் மசூதித் தெருவில் அவரது வீடு விழாக்கோலம் பூண்டது. அனைவருக்கும் மட்டற்ற மகிழ்ச்சி. வாழ்த்துச் செய்திகள் வீட்டினை அலங்கரித்த வண்ணம் இருந்தன. ஜூலை 25ம் தேதி பாராளுமன்றத்தின் பிரம்மாண்டமான மைய மண்டபத்தில் பதவியேற்பு விழா சம்பிரதாயமாக நடைபெற்றது. முதன்முறையாக நூற்றுக்கும் மேற்பட்ட குழந்தைகள் பங்குபெற்ற ஒரு குடியரசுத் தலைவர் பதவியேற்பு விழா அதுவாகத்தான் இருக்க முடியும்.

பதவியேற்பு உரை தொலை நோக்குப் பார்வையில் புதிய இந்தியாவை உருவாக்க உறுதி கொள்ளும் வகையில் இருந்தது. அதில் " நாளைக்கு என்ன செய்ய விரும்புகிறாயோ அதை இன்றே செய். இன்றைக்கு என்ன செய்வாயோ, அதை இப்போதே செய்" எனும் மேற்கோள்தனை தன் எதிரே இருக்கும் குழந்தைகளைப் பார்த்து கூறுகிறார். அறிவான குழந்தைகளின் எதிர்காலமே வளமான, பாதுகாப்புமிக்க இந்தியாவின் எதிர்காலம் என்பதில் ஆழ்ந்த நம்பிக்கைக் கொண்டிருந்தார் கலாம்.

பின், குடியரசுத்தலைவராக பொறுப்பேற்ற பிறகு குடியரசுத்தலைவர் மாளிகையின் வளாகம், குடியரசுத் தலைவர் மாளிகையும் சேர்த்து 329.73 ஏக்கர் முன்பகுதி மட்டும் 18.45 ஏக்கர் முகலாயத் தோட்டம் 80.32 ஏக்கர் பரப்புகொண்ட மாளிகையில் ஒரே ஒரு சூட்கேஸுடன் நுழைகிறார். இப்பொழுது அவர் அணியவேண்டிய உடை ஒரு பிரச்சினையாகப்பட்டது. ஏனெனில், அதுவரை சாதாரணமாக ஒரு முழுக்கை சட்டையுடனும், செருப்போ அல்லது சாதாரண விளையாட்டு காலணியையோ அணிந்துவிட்டு இப்பொழுது கோட்டும் சூட்டும் போடச்சொன்னால் அவரால் முடியவில்லை.

இதற்கு முன்னால் இருந்த குடியரசுத் தலைவர்களுக்கெல்லாம் கோட் சூட் தைத்துக் கொடுக்கும் தையல்காரரை கூப்பிட்டுச் சில மாறுதல்கள் செய்யச் சொன்னார். குறிப்பாக, சூட்டில் கழுத்தைச் சுற்றியிருக்கும்பகுதியினை அகற்றும்படி கூறினார். இப்பொழுது அது, அவரின் வசதிக்கென மாறியிருந்தது. இன்று வரை அதனை 'கலாம் சூட்' என்று அழைக்கின்றனர்.

௨0. ஏவுகணை விஞ்ஞானியின் மனிதநேய நிகழ்வுகள்

'இந்த உலகத்தின் எல்லைகளை, வரையறைகளைக் கடந்து செல்லக்கூடிய ஓர் உயர்ந்த சுயம் நமக்குள்ளே இருக்கிறது'.

-ஏ.பி.ஜே.அப்துல் கலாம்

முன்னாள் ஜனாதிபதியும், ஏவுகணை மனிதருமான ஏ.பி.ஜே.அப்துல் கலாம், உயிர்களைக் காப்பாற்ற பாதுகாப்பு அல்லது விண்வெளி தொழில்நுட்பத்தை எவ்வாறு பயன்படுத்தலாம் என்பதையும் கருத்தில்கொண்டு ஆராய்ந்துகொண்டிருந்தார்.

நாட்டின் பிரஜைகளை எதிரிகளிடமிருந்து காப்பாற்ற, ஏவுகணை அறிவியலையும் மற்றும் மருத்துவ அறிவியலையும் கலாம் ஒருங்கிணைத்தார்.

1998ஆம் ஆண்டில் அறிமுகப்படுத்தப்பட்ட, போலியோ பாதிக்கப்பட்டவர்களுக்கான இலகு ரக காலிபர்கள் அத்தகைய ஒரு கருத்தின் வெளிப்பாடு.

கலாம் ஹைதராபாத்தில் உள்ள பாதுகாப்பு ஆராய்ச்சி மற்றும் மேம்பாட்டு ஆய்வகத்தின் (டி.ஆர்.டி.ஓ) இயக்குநராக இருந்தபோது, நிஜாம் மருத்துவ அறிவியல் நிறுவனத்தில் எலும்பியல் துறையின் தலைவராக இருந்த பி.என்.பிரசாத் ஆகியோரின் சிந்தனையாக இது இருந்தது. ஒருமுறை, டி.ஆர்.டி.ஓ அலுவலத்திற்கு வருகைபுரிந்த பிரசாத், கலாம் அவர்களிடம் ஏவுகணைகளில் பயன்படுத்தப்படும் பாலிப்ரொப்பிலீனால் கனிமத்தைக் கொண்டு போலியோவால் பாதிக்கப்பட்டுள்ள குழந்தைகளுக்குத் தீர்வுகாண முடியுமா எனக் கேட்க, தாமதிக்காமல் அதற்கான தீர்வை அளித்தார், கலாம்.

பாலிப்ரொப்பிலீனால் எனும் கனிமத்தைக்கொண்டு காலிபர்கள் செய்யப்பட்டன. அதுவரை நான்கு கிலோ எடைகொண்ட காலிபர்களை சுமந்த குழந்தைகள் முதன்முறையாக, வெறும் 400 கிராம் எடைகொண்ட காலிபர்களைப் பயன்படுத்தினர். அவர்களின் முகத்தில் ஏற்பட்ட மகிழ்ச்சிக்கு அளவே இல்லை. இன்றும் ஏராளமான பயனர்களுக்கு நிவாரணம் அளிக்கின்றன.

கலாம் அவர்களுக்கு மிக்க மகிழ்ச்சியை அளித்த ஒரு நிகழ்வு என்றால் அது இதுவாகத்தான் இருக்கமுடியும். இதனை பலமுறை அவரே கூறியுள்ளார்.

கலாம்-ராஜு ஸ்டென்ட்

ஏவுகணைக்கும் மருத்துவ அறிவியலுக்கும் இடையிலான இன்னுமொரு ஒருங்கிணைப்பு, இந்தியாவில் இதய பராமரிப்புச் செலவுகளை கணிசமாகக் குறைத்த ஒரு ஸ்டென்ட்டுக்கு வழிவகுத்தது.

1994 ஆம் ஆண்டில் நடைமுறைக்கு வந்த இதயக் குழாய் அடைப்பு நீக்க பொருத்தும் ஸ்டென்ட் மருத்துவத்துக்கு நம் அப்துல் கலாம் மற்றும் இருதய நிபுணரான டாக்டர் பி.சோமாராஜு ஆகிய இருவரின் பெயர்கொண்டு அழைக்கப்பட்டது), ஹைதராபாத்தில் உள்ள மிதானி (மிஸ்ரா தத்துநிகாம், ஒரு பொதுத்துறை நிறுவனம்) வழங்கிய ஸ்டென்ட் அறுவை சிகிச்சை முதல் தர எஃகு மூலம் தயாரிக்கப்பட்டது.

ஆரம்பத்தில் இறக்குமதி செய்யப்பட்ட ஒன்றின் விலை ரூ 90,000 க்கு எதிராக ரூ 10,000 ஆக இருந்தது, இது சந்தை விலையை ரூ 25,000-ரூ 30,000 ஆகக் குறைக்க உதவியது, இதனால் கிட்டத்தட்ட பல்லாயிரம் பேர் பயனடைந்தனர்.. கலாம் - ராஜூ ஸ்டெண்ட் இந்தியாவில் புதிய தலைமுறை ஸ்டெண்ட் உற்பத்திக்கு வழிவகுத்தது.

எதற்குக் கண்ணாடி?

ஒருமுறை, டாக்டர் ஏ.பி.ஜே.அப்துல் கலாம், பாதுகாப்பு ஆராய்ச்சி மற்றும் மேம்பாட்டு அமைப்புடன் (டிஆர்டிஓ) முக்கிய ஆலோசனைக் கூட்டத்தில் இருந்த போது, அவரது குழு பாதுகாப்பு தேவைப்படும் ஒரு கட்டடத்தின் சுற்றளவைப் பாதுகாப்பதற்கான விவாதத்தின்போது, பாதுகாப்புத் தேவைப்படும் ஒரு கட்டடத்தின் சுவரில் உடைந்த கண்ணாடியை வைக்க வேண்டும் என்ற குழுவின் ஆலோசனையை நிராகரித்தார்.

டாக்டர் கலாம் இவ்வாறு கூறியதாகக் கூறப்படுகிறது. "நாம் அவ்வாறு செய்தால், பறவைகள் சுவரில் அமரமுடியாது". ஏனெனில் உடைந்த கண்ணாடி பறவைகளுக்குத் தீங்கு விளைவிக்கும்!

என்ன ஒரு குணம் அவருக்கு! நம்மில் எத்தனைபேர் இவ்வாறு யோசிப்போம்? நம்மைப் பொறுத்தவரை நம் வீடு, நம் சொந்தம். அதற்குமேல் யோசிப்பதேயில்லை.

குழந்தைகளுடன் கண்காட்சிப்பயணம்

டி.ஆர்.டி.ஓ-வில் பணியாற்றும்போது கலாமின் கீழ்நிலைப் பணியாளர் ஒருவர் வேலை அழுத்தம் காரணமாகத் தனது குழந்தைகளை கண்காட்சிக்கு அழைத்துச்செல்ல முடியாதபோது கலாம், தனது கீழ்நிலைப் பணியாளர்களை ஆச்சரியப்படுத்தி, அதற்குப் பதிலாக குழந்தைகளை அழைத்துச்சென்ற சம்பவம் மிக நெகிழ்ச்சியானது.

டிஆர்டிஓ-வின் ஒரு குறிப்பிடத்தக்க திட்டத்தின்போது, பணி அழுத்தம் அதிகமாக இருந்தது. ஒரு விஞ்ஞானி, தனது மேலதிகாரி டாக்டர் கலாமை அணுகி, தனது குழந்தைகளை ஒரு கண்காட்சிக்கு அழைத்துச்செல்வதாக அவர் உறுதியளித்ததைக் கருத்தில்கொண்டு, அன்றைய தினம் சீக்கிரம் வீடு திரும்ப அனுமதி கேட்டிருந்தார். கலாமும் அனுமதி அளித்திருந்தார். ஆனால் பணியில் இருந்த முனைப்பின் காரணமாக சீக்கிரம் புறப்பட மறந்துவிட்டார். அவர் குற்றவுணர்ச்சியுடன் வீட்டிற்கு வந்து, தனது குழந்தைகளைத் தேடினார். ஆனால் அவரது மனைவி கூறிய பதில் அவரை ஆச்சரியப்படுத்தியது. "உங்கள் மேலதிகாரி சுமார் 5:15 மணியளவில் இங்கு இருந்தார், அவர் குழந்தைகளைக் கண்காட்சிக்கு அழைத்துச் சென்றார்!"

ராஜாமணி 83

அந்த மேலதிகாரி டாகடர் அப்துல் கலாம் என்பதுதான் நாம் அறிய வேண்டிய சேதி.

கலாமும் சவுபாக்கியா கிரைண்டரும்

தமிழ்நாட்டில் கலாம் அவர்களின் வருகையையொட்டி, ஒருமுறை அவருக்கு சவுபாக்கியா வெட் கிரைண்டர்ஸ் நிறுவனம், கலாம் அவர்களுக்கு ஒரு கிரைண்டர் ஒன்றினை பரிசாக அளித்தது. கலாம் அதனை ஏற்கவில்லை. இருப்பினும் ஒரு வழியாக அந்த கிரைண்டர் குடியரசுத் தலைவர் மாளிகைக்குப் போய்ச் சேர்ந்தது.

மறுநாள், அந்த கிரைண்டருக்கான முழுத்தொகையையும் காசோலையாக அனுப்பினார், கலாம். கலாமிடமிருந்து வந்த காசோலையைப் பார்த்து ஆச்சரியப்பட்ட நிறுவனம், அதைப் பத்திரமாக வைத்துக்கொண்டது. வங்கியில் செலுத்தி பணம் எடுக்கவில்லை. சில நாட்கள் கழிந்ததும், குடியரசுத் தலைவர் மாளிகையிலிருந்து வந்த தொலைபேசி அழைப்பில் உடனடியாக காசோலையை வங்கியில் செலுத்தவேண்டும். தவறினால் கிரைண்டர் திருப்பி அனுப்பப்படும். இது, கலாமின் உத்தரவு என்றனர்.

உடனடியாக நிர்வாக இயக்குனர், அந்தக் காசோலையை ஒரு நகல்(ஜெராக்ஸ்) எடுத்து வைத்துக்கொண்டு காசோலையை வங்கியில் செலுத்தினார். கலாமின் நினைவாக இன்றும் அது, அந்த நிறுவனத்தின் சுவரில் ஒரு ஃப்ரேம் போட்டு வைத்துள்ளனர்.

வைத்திய செலவுக்குப் பணமில்லை

ஒருமுறை கலாமின் நண்பர் ஒருவரின் அறிவுரைப்படி, கண் பரிசோதனைக்காகவும் சோதனைக்காகவும் *1990* இல் மதுரை அரவிந்தர் கண் மருத்துவமனைக்குச் சென்றார்.

நீண்டவரிசை என்றாலும் கொஞ்சம் வேகமாகத்தான் நகர்ந்துகொண்டிருந்தது. ஒரு அரைமணி நேரக் காத்திருப்பிற்குப் பின் டாக்டர். ஜி.நாச்சியார் அவர்களைச் சந்திக்க அவரும் அங்கே அட்மிட் ஆகி சிகிச்சை எடுத்துக் கொள்ளும்படி ஆலோசனை வழங்கினார்.

உடனே அவரும் சிகிச்சை எடுத்துகொள்ள பணம் செலுத்தச் சென்ற போதுதான், பணம் வாங்கும் கவுன்ட்டரில் காசோலையைப் பெற்றுக் கொள்ளமாட்டார்கள் என்பது தெரிந்தது. என்ன செய்வதென்று தெரியவில்லை. (குறிப்பு: அச்சமயம் இந்தியப் பிரதமரின் தலைமை அறிவியல் ஆலோசகராகப் பணிபுரிந்துகொண்டிருந்தார் என்பது கவனிக்கத்தக்கது. அதாவது, பிரதமருடனும், முப்படைத் தளபதிகளுடன் நேரடியாகப் பேசமுடிந்த ஒரே நபர்) அவர், தனது அதிகாரத்தைப் பயன்படுத்தவில்லை, யாருக்கும் போன் செய்யவில்லை.

நேரடியாக மீண்டும் டாக்டர். ஜி.நாச்சியார் அவர்களைச் சந்தித்து தனது சிக்கலைக் கூறினார். அவரும் அவரை மருத்துவமனையில் தங்கி சிகிச்சை எடுத்துக்கொள்ள அனுமதித்தார்.

இதற்கிடையே அவரது பாதுகாவலர்கள், உதவியாளர்கள் என அனைவரும், குடியரசுத்தலைவர் மாளிகை அலுவலகம் என அனைவருக்கும் கலாம் இவ்வளவு நேரம் திரும்பி வராதது பதட்டத்தைக் கொடுத்தது. இறுதியாக, மருத்துவமனையைக் கண்டறிந்து பொது நோயாளிகள் சிகிச்சையெடுக்கும் பிரிவில் மக்களோடு மக்களாக கலாம் இருப்பதைப் பார்த்தனர்.

பின்பு சிகிச்சைக்குப் பின்னர் வீடு திரும்பிய கலாமிற்கு டாக்டர். நாச்சியாரிடமிருந்து கடிதம் வந்திருந்தது. அதில் கலாம் அவர்கள், யாரென்று தெரியாமல் இருந்ததற்கு மன்னிப்புக் கேட்டிருந்தார்.

ஒரு வார வாடகை

குடியரசுத் தலைவர் ஆன பிற்பாடு, 2006 ஆம் ஆண்டு, மே மாதம் ஒருமுறை அவரது குடும்ப உறுப்பினர்கள் கிட்டத்தட்ட 52 பேர் அவரைக் காண குடியரசுத் தலைவர் மாளிகைக்கு வந்தனர். அப்போது அப்துல் கலாம் அவர்களின் செயலாளராகப் பணிபுரிந்தவர், திரு. பி.எம்.நாயர்.

திரு. நாயர் அவர்களிடம் கலாம் அவர்கள் கூறியது: "மிஸ்டர் நாயர், என்னுடைய உறவினர்கள் ஒரு வாரமோ, பத்து நாட்களோ இருப்பதற்காக இங்கே வருகிறார்கள். அது, முற்றிலும் தனிப்பட்ட விவகாரமாக இருக்கும்படி பார்த்துக் கொள்ளுங்கள், அதில் அலுவலகரீதியாக எதுவுமே இல்லை" என்றிருந்தார்.

வந்தவர்கள், எட்டு நாட்கள் தங்கியிருந்தார்கள். அவர்கள் அஜ்மர் ஷெரிப்பிற்கு போனார்கள். இளையவர்கள் டெல்லியில் கடைகளுக்குப் போனார்கள். பின்னர் கிளம்பிப் போய்விட்டார்கள். இதில் ஒருமுறைகூட அலுவலக வாகனங்கள் பயன்படுத்தப்படவில்லை.

குடியரசுத்தலைவர் மாளிகையில் தங்கிய அறைகளுக்குக் கூட அவர் வாடகை செலுத்தினார். ஒரு கோப்பைத் தேனீருக்கான செலவுக்கும் சேர்த்து மொத்தம் ரூபாய் 3.52 லட்சம் அவரின் சொந்தக் கணக்கிலிருந்து எடுத்துக் கொடுத்தார்.

இஃப்தார் விருந்தும் கலாமும்

நவம்பர் 2002, ரம்ஜான் சமயத்தில் நோன்பிருந்து, அதை இஃப்தார் விருந்தில் முடிப்பார்கள்.

அந்த நவம்பரில் கலாம் "மிஸ்டர் நாயர், நாம் இங்கு வைக்கும் இஃப்தார் விருந்தில் கலந்துகொள்கிறவர்கள் அனைவரும், நன்றாக சாப்பிட வசதி படைத்தவர்கள். ஏன், பணத்தை வீணாக்கவேண்டும்? நாம் இதற்காக எவ்வளவு செலவு செய்கிறோம்?" எனக் கேட்க, அதற்கு ரூபாய் 2.5லட்சம் செலவாகிறதெனக் கூறினார். அவர், சிறிது யோசித்து,

"இந்தப் பணத்தை ஏன் அனாதை விடுதிகளுக்கு கொடுக்கக்கூடாது? நீங்கள் என்ன நினைக்கிறீர்கள்?"

"ரொம்ப நல்லது சார். கடவுள் உங்களிடம் மிகவும் நன்றியோடு இருப்பார்" என நாயர் பதிலளித்தார்.

"அப்படியானால், உடனடியாக தகுந்த இல்லங்களைத் தேர்வுசெய்து அவர்களுக்குத் தேவையான பருப்பு, அரிசி, மாவு, போர்வைகள் வாங்கிக் கொடுங்கள்" என உத்தரவிட்டார்.

அதன்படி குழுக்கள் அமைத்து 28 அனாதை இல்லங்கள் தேர்வு செய்யப்பட்டு அதன்மூலமாக மேலே கூறிய அனைத்தும் வழங்கப்பட்டன. பின்னர் அனைத்தையும் விரிவாகக் கேட்ட கலாம், நாயரின் கைகளில் ஒன்றை கொடுத்தார்.

அது, ரூபாய் 1 இலட்சத்திற்கான காசோலை. "நீங்கள் எல்லாப் பொருட்களையும் அரசாங்கப் பணத்திலிருந்து கொடுத்திருக்கிறீர்கள். நான் இஃப்தாருக்கு என் சொந்தப் பணத்தைக் கொடுக்க விரும்புகிறேன். அதை நீங்கள் அரசாங்கப் பணத்தை எப்படி

கொடுத்தீர்களோ அதைப்போல் பயன்படுத்துங்கள். ஆனால் யாரிடமும் நான் கொடுத்ததாகச் சொல்லாதீர்கள்" என்றார், கலாம். பரிசுகளும், அதேபோல அனாதை இல்லங்களுக்கு வினியோகிக்கப்பட்டன.

இறுதிப் பயணம்

2002 முதல் 2007 வரை இந்தியாவின் குடிமகனாகப் பதவியை அலங்கரித்து, மாணவர்களின் நாயகனாக வளர்ந்து, குழந்தைகளின் மனதில் அறிவியல் மற்றும் கல்வியின் அவசியத்தை விதைத்து, பாமர மக்களின் மனதில் கூட குடியரசுத் தலைவர் எனில் இனி இவர்தான் எனும் மனப்போக்கை உண்டாக்கிய நமது கலாம் 2015, ஜூலை 27ல் அவர் விரும்பும் மாணவர்களின் மத்தியிலேயே உயிர் பிரிந்தார்.

தனது 50 வருட அரசாங்க மற்றும் பொது வாழ்க்கையில் அவர் சம்பாதித்த சொத்துக்கள் 2,500 புத்தகங்கள், 48 கவுரவ டாக்டர் பட்டங்கள், 2 பத்ம விருதுகள், ஒரு பாரத ரத்னா விருது, ஒரு கைக் கடிகாரம், 6 சட்டைகள், 4 பேன்ட், 3 சூட்கள் மற்றும் ஒரு ஜோடி காலணி மட்டுமே. தனக்கென்று மனைவியோ குழந்தைகளோ இல்லாமல் பிரம்மச்சாரியாகவே கலாம் வாழ்ந்து மறைந்தார்.

நூல் பட்டியல்

1. அக்னிச் சிறகுகள் – ஆ.ப.ஜெ.அப்துல் கலாம், அருண் திவாரி

2. எழுச்சி தீபங்கள் - ஆ.ப.ஜெ.அப்துல் கலாம்

3. My Journey transforming dreams into Dreams - ஆ.ப.ஜெ. அப்துல் கலாம்

4. கலாம் காலங்கள் – P.M.Nair

5. நம்பிக்கை நாயகர் டாக்டர் அப்துல் கலாம் – ப்ரியா பாலு

6. கலாம் நெஞ்சமெல்லாம் – மு.சிவலிங்கம்

7. அற்புத மனிதர் அப்துல் கலாம் – மு.சாயுபு மரைக்காயர்

8. Wikipedia

9. https://www.youtube.com/watch?v=0VAUMMpx37M உலகையே மாற்றிய புத்தகங்கள் திரு.ஆயிஷா நடராஜன்

10. https://www.youtube.com/watch?v=5Nmkvohx0i8&t=4419s "பொன்மாலைப் பொழுது" நிகழ்வு, திரு. ஆயிஷா நடராஜன்

11. https://www.youtube.com/watch?v=eIGnesRHYmI abdul Kalam is the amalgamation of Gandhi & Nehru, Actor Vivek

12. https://youtu.be/IWuWjm-dnFM?si=iCenrvbpINFILGxU அசுரனாக மிரட்டிய கலாம்

13. https://youtu.be/wc0QPnLbGD8?si=S0oQJfWqalKO5_sz வாஜ்பாய் & கலாம் அசத்திய operation shakthi

14. https://www.youtube.com/watch?v=NDeqk0Rml4E&t=24s APJஅப்துல் கலாம் மக்களின் ஜனாதிபதி என அழைக்கபடுவது ஏன்? சுவாரஸ்யமான தகவல்கள்

15. https://www.youtube.com/watch?v=vj6nPwRzCC4 'அக்னி நாயகன் அப்துல் கலாம் கதை'

16. https://www.youtube.com/watch?v=GrHs_Q4XnzI&t=705s
'பொக்ரான்' இந்தியாவின் அணு ஆயுதக் கதை

17. https://www.youtube.com/watch?v=OcI8ZT8OC3I 'பொக்ரான்' இந்தியாவின் பெருமிதம்.